தலைமறைவு வாழ்க்கையில் எனது அனுபவம்

(போலீஸ் புலிகளின் கையில் சிக்காமல் 1947 ஜனவரி முதல் ஆகஸ்ட் 15 வரையில் தலைமறைவாக வாழ்க்கை நடத்தியபோது கம்யூனிஸ்ட் புரட்சிக்காரர் பி. ஸ்ரீனிவாச ராவ் தன் சகாவுக்கு எழுதிய கடிதங்களில் சில.)

பி. ஸ்ரீனிவாச ராவ்

பரிசல்

தலைமறைவு வாழ்க்கையில் எனது அனுபவம் ♦ பி. ஸ்ரீனிவாச ராவ் ♦ பரிசல் முதல் பதிப்பு: பிப்ரவரி 2023 ♦ பக்கங்கள்: 136 ♦ வெளியீடு: பரிசல் புத்தக நிலையம் 235, P. பிளாக் MGR முதல் தெரு, MMDA காலனி, அரும்பாக்கம், சென்னை – 600 106. பேச: 9382853646, 8825767500 மின்னஞ்சல்: parisalbooks2021@gmail.com ♦ அச்சாக்கம்: கம்ப்யூ பிரிண்டர்ஸ், சென்னை – 600 086.

Thalaimaraivu vazhkaiyil Eanadhu anubavam ♦ P. Srinivasa Rau ♦ Parisal First Edition: February 2023 ♦ Pages: 136 ♦ Published by Parisal Putthaga Nilayam, No. 235, 'P' Block MGR First Street, MMDA Colony, Arumbakkam, Chennai - 600 106. Mobile: 93828 53646, 8825767500 Email: parisalbooks2021@gmail.com ♦ Printed at: Compu Printers, Chennai - 86.

Rs. 150

ISBN: 978-81-962279-0-6

முகவுரை

"சுந்தரராஜ்" என்ற புனை பெயருடன் எங்கள் கட்சியின் தமிழ் மாகாணக்கமிட்டி அங்கத்தினரும் தமிழ்நாடு கிஸான்சபாவின் பொதுக்காரியதரிசியுமான தோழர் பி. ஸ்ரீனிவாசராவ் தலை மறைவு வாழ்க்கை நடத்திக் கொண்டு மாகாண "சென்டரி"லிருந்த தோழர் சர்மாவுக்கு (சாகர்) 1947 ஜனவரியிலிருந்து ஆகஸ்ட் வரை எழுதியுள்ள கடிதங்கள் இச்சிறு வெளியீட்டில் பிரசுரிக்கப்பட்டிருக்கின்றன.

1947 ஜனவரி மாதத்திலிருந்து ஆகஸ்டு மாதம் வரை தமிழ் நாட்டில் கம்யூனிஸ்ட் கட்சி மிகப்பெரிய அடக்குமுறையை அனுபவிக்க நேர்ந்தது. 1946ம் வருட இறுதியிலேயே இத்தகைய அடக்குமுறை தீவிரப்படுமென்ற சூசகங்கள் தென்பட்டன. ஜனங்களின் வாழ்க்கைப் போராட்டங்களின் முன்னணியிலெல்லாம் கம்யூனிஸ்டுகள் உறுதியாய் நின்று தொண்டாற்றினர். பெரு மிராசுதார்களுக்கும், மில் முதலாளிகளுக்கும், கள்ளமார்க்கெட் பிரபுக்களுக்கும், லஞ்சம் வாங்கும் அதிகாரிகளுக்கும் ஆத்திரம் பொத்துக்கொண்டு வந்தது. அவர்கள் காங்கிரஸ் போர்வையைப் போர்த்திக்கொண்டனர்; சர்தார் பட்டேலை தலைவராகக்கொண்ட வலதுசாரியினர், அவர்களுக்கு மனமுவந்து காங்கிரஸ் பெயரை உபயோகப்படுத்த லைசென்ஸ் கொடுத்தனர். வெளுத்ததையெல்லாம் பாலென்று நம்புகிறவர்களை, அப்பிற்போக்காளர்கள் சுலபமாக காங்கிரஸ் பெயரைச் சொல்லி ஏமாற்ற முற்பட்டனர். அவர்கள் பிரசார யந்திரங்களை முடுக்கிவிட்டுக் கம்யூனிஸ்டுகளை

ஜனங்களிடமிருந்து பிரிக்க அவதூறுகள் பொழிந்தனர். அரசாங்க யந்திரத்தின் உதவியைக்கொண்டு எங்கள் கட்சியை அழிக்கப்பார்த்தனர். "பலாத்காரக்" குற்றச்சாட்டுகளுடன் பல வழக்குகள் கம்யூனிஸ்டுகள் மீது ஜோடிக்கப்பட்டன. விசாரணையின்றிப் பாதுகாப்பில் வைக்கும் ஆள்தூக்கிச் சட்டமும் பிறப்பிக்கப்பட்டது. சுதந்திர தினத்திற்குப் பின்னும் கம்யூனிஸ்டுகளின் மீது விதிக்கப்பட்டுள்ள தடைகள் முற்றிலும் தளர்ந்தபாடில்லை. இன்னும் சிறையில் எத்தனையோ பேர்; தலைமறைவாக பல முக்கிய ஊழியர்களும் தலைவர்களும்; வழக்குகள் நின்றபாடில்லை. ஆயினும் ஜனவரியிலிருந்து ஆகஸ்ட் வரை இந்த அடக்குமுறை உச்ச நிலையை யடைந்திருந்தது என்னலாம். அந்தக் கட்டத்தின் அனுபவங்களை சித்தரித்துக்காட்டும் கடிதங்கள் இவை.

தமிழ்நாட்டில் கம்யூனிஸ்ட் கட்சியின் சரித்திரத்தில் மிக முக்கியமான கட்டம் இது. இத்தகைய கொடிய அடக்குமுறையை மாகாணம் முழுவதும் எங்களது இளங்கட்சி இதுகாறும் அனுபவித்ததில்லை. "பொதுஜனப் பாதுகாப்பு"ச் சட்டத்தின் கீழ் ஜனவரி மாதம் 22-ந் தேதி நள்ளிரவில் ஒவ்வொரு ஜில்லாவிலும் முக்கிய தலைவர்களும் ஊழியர்களும் திடீரெனக் கைது செய்யப்பட்டு வேலூர் சிறைக்கு அனுப்பப்பட்டனர். நூற்றுக்கணக்கில் கேசுகள் வேறு. எங்கு பார்த்தாலும் கட்சிக் காரியாலயங்கள் சோதனை. பல ரிக்கார்டுகளெல்லாம் போலீஸாரால் எடுத்துச் செல்லப்பட்டன. கட்சி அங்கத்தினர்கள் அனுதாபிகள் வீட்டிலெல்லாம் போலீஸின் திடும் பிரவேசம். அரெஸ்டுக்குத் தப்பி தலை மறைவாய்ச் சென்ற தோழர்களைப் பிடிப்பதற்காக கிராமங் கிராமமாகவும் வீடு வீடாகவும் மோப்பம் பிடித்து போலீஸ் லாரிகளும், சி.ஐ.டி. கோஷ்டிகளும் இரவும் பகலும் வட்டமிட்ட வண்ணமாயிருந்தன. கட்சி ஸ்தாபன அமைப்புக்கே ஒரு சோதனை காலம்.

ஆனால் உருக்குப் போன்ற உறுதியுள்ள கட்சியாக இன்னும் பன்மடங்கு பலமடைவதற்கே இந்த அனுபவங்கள் தமிழ்நாட்டுக் கட்சிக்கு அமைந்தன என்று இன்று நான் உறுதியாய் கூறமுடியும். புதிய நிலைமையில் கட்சியை காப்பாற்றுவதற்கு எவ்வளவோ உதவினர் தமிழ்நாட்டு

மக்கள், தலைமறைவாகச் சென்ற முக்கிய தோழர்கள் யாரும் போலீஸார் கையில் அகப்படாததோடு இறுதிவரை அவர்கள் ஜனங்கள் மத்தியிலேயே இருந்துகொண்டு தொடர்ச்சியாகத் தொண்டாற்ற முடிந்தது. பல இளந்தோழர்கள் கட்சி சேவையில் இன்னும் உரம்பெற்று பக்குவமடைந்தனர். கட்சி அழிவதற்குப் பதிலாகப் பன்மடங்கு விரிவடைந்தது. புதிய இடங்களுக்கும் சென்றது செங்கொடி,

இந்த 8 மாத காலத்தில்- அசாதாரணமான ஒரு சமயத்தில் எதிர்பாராத ஒரு அசுர அடக்குமுறைக்கு மத்தியில்- கட்சியின் வேலைகள் தங்கு தடையின்றி நடைபெற்றன. இந்த வேலைகளுக்குத் தலைமைதாங்கி நடத்திய மாகாணக்கமிட்டியின் முக்கிய அங்கத்தினரான ஸ்ரீனிவாசராவ் ஒவ்வொரு ஜில்லாவுக்கும் இடைவிடாது சென்று இக்கடிதங்களை எழுதியிருக்கிறார். அவர் ஏற்றுக்கொண்டிருந்த கட்சி வேலைகளைப் பூர்த்தி செய்த காலத்திலேயே இக்கடிதங்களையும் வரைந்திருக்கிறார்.

இக்கடிதங்கள் கம்யூனிஸ்ட் கட்சிக்கு ஏற்பட்ட இன்னல்களையும், தலைமறைவாய்ச் சென்ற தோழர்கள் அனுபவித்த கஷ்டங்களையும் அப்படியே படம் பிடித்துக் காட்டுகின்றன. அது மட்டுமல்ல. ஜனங்களின் வாழ்க்கை நிலைமையும் தமிழ்நாட்டில் எவ்வாறிருக்கின்றதென்பதையும் இதில் அப்படியே காணலாம். தொழிலாளிகளின் வாழ்க்கைத் துயரங்களென்ன, மத்தியதர வர்க்கம் பேசிக்கொள்வது என்ன என்ற இதுபோன்ற பல விஷயங்களையும் இதில் காணலாம்.

எங்கள் கட்சிக்குள் குறைபாடுகள் இருந்தால் அவற்றைக் கண்டித்துத் திருத்திக் கொள்வதற்கோ அவற்றை பொதுஜனங்கள் முன் ஒளிவு மறைவின்றிக் கூறுவதற்கோ நாங்கள் பின்வாங்குவதில்லையென்பதையும் இக்கடிதங்கள் தெளிவுபடுத்தும். பொது ஜனங்கள் எங்கள் தாய் தந்தையர். பொது ஜனங்களின் அபிப்பிராயங்களை வரவேற்கிறோம். அவற்றை ஏற்றுக்கொண்டு இன்னும் திறமையுடன் வேலை செய்ய முயற்சிக்கிறோம்.

ஸ்ரீனிவாசராவை தமிழ்நாட்டு மக்களுக்கு நான் அறிமுகப் படுத்த வேண்டியதில்லை. இளம் வயதிலிருந்து 25 வருட

கால சேவை அவருடையது. தமிழ்நாட்டில் வளர்ந்துள்ள தொழிலாளி வர்க்க இயக்கத்தின் சரித்திரத்திலிருந்து அவர் வாழ்க்கையைப் பிரிக்கமுடியாது. அவருடைய அனுபவங்கள் அலாதியானவை. பாட்டாளி மக்களின் வெற்றியை யாரும் தடுக்கமுடியாதென்ற உறுதியை அவருக்கும் அவர் மூலம் பல தோழர்களுக்கும் அவரது கட்சி வாழ்க்கை ஏற்படுத்தியிருக்கிறது. இந்தக் கடிதங்களில் அவருடைய பல வருட அனுபவங்களைப் பார்க்கலாம். ஆனால் அவருடைய சுயசரிதையல்ல இக்கடிதங்கள். தமிழ் மக்களின் வாழ்க்கை, தொழிலாளி வர்க்கத்தின் அசையா உறுதி, நடுத்தர வகுப்பினரின் ஊசலாடும் மனப்பான்மை, காங்கிரஸ்- கம்யூனிஸ்ட் அபிப்பிராய பேதங்களும் அவை மறைவதும், சுதந்திர இயக்கத்தின் ஆவேசம், செங்கொடிக்காக உயிரை திரணமாக மதித்த தியாகிகளின் வீரம், இன்னும் எவ்வளவோ அனுபவங்கள் இக்கடிதங்களைப் படிக்கும்போது சினிமாப் படம் மாதிரி ஒன்றின் பின் ஒன்றாகத் தோன்றி நம் மனதைக் கொள்ளை கொள்ளுகின்றன. பல இடங்களில் ஹாஸ்யம் ததும்பும் இக்கடிதங்கள், இந்த சமூக அமைப்பின் கொடூர சொரூபங்களை சிலேடையாக கண்டிக்கின்றன. சுதந்திரதினத்தையொட்டி ஸ்ரீனிவாச ராவ் எழுதியுள்ள குறிப்புகளை எந்த தேசபக்தனும் கண்ணில் நீர் விடாமல் படிக்கமுடியாது. செங்கொடியையும் கம்யூனிஸ்ட் கட்சியையும் பல இடங்களில் பொதுஜனங்கள் எவ்வளவு பரிவுடன் நேசிக்கிறார்கள் என்று விளக்கும் சம்பவங்கள் ஒவ்வொரு கம்யூனிஸ்டையும் இன்னும் உறுதியுடன் வேலை செய்யத் தூண்டுமென்பது நிச்சயம். (இக்கடிதங்கள் ஆங்கிலத்தில் எழுதப்பட்டவை. ஆளவந்தார் என்ற தோழர் தமிழில் மொழிபெயர்த்துக் கொடுத்திருக்கிறார்.)

கம்யூனிஸ்ட் ஒவ்வொருவனும் படிக்கவேண்டிய புத்தகம் பொதுஜனங்களும் படிப்பார்கள். எங்கள் கட்சியைப் பற்றி மேலும் தெரிந்துகொள்ள அவர்களுக்கு இப்புத்தகம் உதவுமென திடமாய் நம்புகிறேன். ஜனங்களோடு நெருங்கிப் பழகி ஜனங்களின் கஷ்டங்களைத் தானும் அனுபவித்து, ஜனங்களோடு தானும் ஒருவராய் இருக்கும் ஒரு தோழரால்தான் இத்தகைய கடிதங்களை எழுத

முடியுமென்பது நிச்சயம். தமிழ்நாடெங்கும் கம்யூனிஸ்ட் கட்சிக்கு பொதுஜன அஸ்திவாரமும் ஆதரவும் வளர்ந்து வருகிறதென்பதையும், அத்தகைய ஆதரவே அடக்கு முறையை எதிர்த்து நிற்பதற்கான உறுதியையும் ஸ்தாபன பலத்தையும் கம்யூனிஸ்ட் கட்சிக்கு அளித்துள்ளது என்பதையும் ஸ்ரீனிவாச ராவ் கடிதங்கள் ஜீவனுடன் விளக்குகின்றன.

ஜனங்களை சுரண்டிக் கொழுத்து ஏமாற்றி வந்தவர்களின் காலம் மலையேறி வருகிறது. எதிர்காலம் ஜனங்களுடையதே. ஜனசேவைக்கு ஒவ்வொரு கம்யூனிஸ்டையும் அறைகூவி அழைக்கின்றன இக் கடிதங்கள். இத்தகைய வெளியீட்டை மகிழ்ச்சியுடன் எங்கள் கட்சியின் சார்பாகத் தமிழ் மக்களின் முன் சமர்ப்பிக்கிறேன்.

அக், 29, 1947

சென்னை

எம். ஆர். வெங்கட்ராமன்.
பொதுக்காரியதரிசி, தமிழ்நாடு கமிட்டி
இந்திய கம்யூனிஸ்ட் கட்சி.

முன்னுரை

மானுட விடியலுக்காக தமிழக நிலப்பரப்பில் களமாடிய புரட்சியாளர் தோழர் பி சீனிவாசராவ்.

மகாத்மா காந்தி கருத்துகளால் ஈர்க்கப்பட்டு துடிப்புமிக்க தேசபக்த ஊழியனாக பொது வாழ்க்கையின் துவக்க காலங்களில் செயலாற்றியவர் சீனிவாசராவ். காந்தியின், காங்கிரஸின் போதாமைகளை புரிந்து, உணர்ந்து பொதுவுடமை இயக்கம் நோக்கி அடி எடுத்து வைத்தவர்.

போர்க் குணமிக்க பொதுவுடமை இயக்க புரட்சியாளர் தோழர் அமீர் ஹைதர் கான் உடன் சென்னை மத்திய சிறைச்சாலையில் ஏற்பட்ட தோழமையும், அதன் வழி 'கம்யூனிஸ்ட் அறிக்கை' வாசிப்பும், சீனிவாச ராவ் அவர்களின் எதிர்கால வாழ்க்கை பயணத்திற்கு ஒளியூட்ட வைத்துள்ளது.

இந்திய நாட்டிலேயே முதன் முதலாக தொழிலாளர்களுக்கென்று அமைப்பு ரீதியாக தொழிற்சங்கம் 1918ல் சென்னையில் உருவாக்கப்படுகிறது. 1923ல் சென்னை நகரில் செங்கொடி ஏற்றி 'மே தின' சிறப்புகளை இந்திய நாட்டிற்கு அறிமுகப்படுத்துகிறார் சிந்தனை சிற்பி சிங்காரவேலர். இதன் தொடர்ச்சியாக 1936ல் தமிழ்நாட்டில் பொதுவுடமை இயக்கத்தின் கிளை கட்டப்படுகிறது. அதன் உறுப்பினர்களின் ஒருவர் தோழர் பி. சீனிவாசராவ்.

விவசாயிகளை செங்கொடியின் கீழ் அணித்திரட்ட ஒன்றுபட்ட தஞ்சை மாவட்டத்தில் தோழர் பி சீனிவாச ராவ் செய்த பணிகளை பொதுவுடமை இயக்கத்தின்

போற்றுதலுக்குரிய பெருமைகளாக வரலாறு பதிவு செய்து வைத்திருக்கிறது.

விடுதலைப் போராட்டம் உக்கிரமாக நடந்து கொண்டிருந்த காலகட்டத்தில், கம்யூனிஸ்ட் கட்சி தடை செய்யப்பட்டு கடும் அடக்குமுறைகளை சந்தித்துக் கொண்டிருந்த நேரத்தில், காவல்துறையில் கைதாகாமல் கடும் துன்பங்களை எதிர்கொண்டு தோழர் பி சீனிவாசராவ் இன்முகத்தோடு செயலாற்றிய வீர காவியம் நம் வாசிப்புக்காக கிடைத்துள்ளது. அதுவும் அவர் கைப்பட எழுதிய எழுத்து.

1947 ஜனவரி முதல் ஆகஸ்ட் வரை அதிகார வர்க்கத்தின் கண்களில் மண்ணைத் தூவி தலைமறைவாக செயலாற்றிய அனுபவங்களை அவ்வப்போது தனது சகாவுக்கு தோழர் பி. சீனிவாசராவ் எழுதிய இருபது கடிதங்களின் தொகுப்பு இந்நூல்.

ஆங்கிலத்தில் எழுதப்பட்ட இக்கடிதங்கள் தோழர் ஆளவந்தார் என்பவரால் மொழியாக்கம் செய்யப்பட்டு "தலைமறைவு வாழ்க்கையில் எனது அனுபவம்" என்கிற தலைப்பில் ஒன்றுபட்ட இந்திய கம்யூனிஸ்ட் கட்சியின் தமிழ்நாடு மாநில குழு விடுதலை அடைந்த இந்தியாவில் 1947 அக்டோபர் மாதம் புத்தகமாக வெளியிட்டுள்ளது.

தமிழ்நாட்டில் கம்யூனிஸ்ட் இயக்கத்தின் வரலாற்றை அதன் பங்களிப்பை புரிந்து கொள்வதற்கும், அதைவிட மிக முக்கியமாக உழைக்கும் மக்கள் மத்தியில் கம்யூனிஸ்ட் இயக்கம் ரத்தமும் சதையுமாக இயங்கிய இயக்க செயல்பாடுகளை அறிந்து கொள்வதற்கும் இந்நூல் வாசிப்பு பெரிதும் பயன்படும். இத்தகு உயிர் ததும்பும் நேசத்தை தோழமையை உழைக்கும் மக்கள் கம்யூனிஸ்ட் ஊழியர்கள் பால் கொண்டிருந்ததற்கான அடிப்படை காரணத்தை சொல்லாமல் சொல்லி செல்கிறது இந்நூல்.

உளவுத்துறைக்குத் தெரியாமல் ரயிலேறி, நடுவழியில் இறங்கி பசி பட்டினியை பொருட்படுத்தாமல் ராப்பகலாக நடந்து, நடந்து கட்சித் தோழர்களை, மக்களை சந்தித்து புரட்சிகர அரசியலை முன்னெடுத்த புரட்சியாளரின்

சொற்களை வாசிக்கையில் கண்ணீர் ததும்புகிறது. கம்யூனிஸ்ட் என்பதில் இறுமாப்புக் கொள்ள வைக்கிறது. இன்றைய சூழலில் செயலாற்ற ஒளிப் பாய்ச்சுகிறது.

கட்சித் தோழர்கள் அனுதாபிகள் அவர்களோடு உயிர்த்ததும்ப உரையாடி இயக்கத்தை கட்டிய வரலாறு எளிய சொற்களில் அற்புதமாய் படம் பிடிக்கப்பட்டுள்ளது.

போலீஸ் பிடியிலிருந்து தோழர் தப்பிக்கும் ஒவ்வொரு தருணமும் நம் கண் முன்னே விரிகிறது. இந்த நெருக்கடிகளுக்கு மத்தியில் கட்சிப் பணிகளுக்கு நிதி திரட்ட தோழர் எடுத்த முயற்சிகள், கம்யூனிஸ்ட் ஊழியர்கள் கற்றறிய வேண்டிய அமைப்புப் பணி என்பதை இந்நூலை வாசிக்கையில் உணர முடிகிறது.

உழைக்கும் மக்களின் விடியலுக்கான ஆதரவு குரல்களை கம்யூனிஸ்ட் கட்சி ஒருங்கிணைக்க வேண்டியதன் முக்கியத் துவத்தை தனது அனுபவத்தின் வழி மிக காத்திரமாகவே தோழர் பி சீனிவாசராவ் சுட்டிக்காட்டி உள்ளார். சோசலிச லட்சியத்திற்காக ஜனநாயக அமைப்புகளை, அரசியல் இயக்கங்களை ஒருங்கிணைக்க வேண்டியதன் தேவையை, அவசியத்தை நறுக்கென சுட்டிக்காட்டி உள்ளார்.

தன்னைப் பற்றிய சுய விமர்சன கருத்துகளை, கட்சி ஊழியர்கள் சார்ந்த விமர்சனங்களை, தோழர் பி சீனிவாசராவ் இக் கடிதங்களில் வெளிப்படையாக பதிவு செய்துள்ளார். இத்தகு வெளிப்படையான விமர்சனங்களை வரவேற்று நூலின் முகவுரையில் அன்றைய மாநிலச் செயலாளர் தோழர் எம் ஆர் வெங்கட்ராமன் கீழ்க்கண்டவாறு பதிவு செய்துள்ளார்.

"எங்கள் கட்சிக்குள் குறைபாடு இருந்தால் அவற்றைக் கண்டித்து திருத்திக் கொள்வதற்கோ பொது ஜனங்கள் முன் ஒளிவு மறைவின்றிக் கூறுவதற்கோ நாங்கள் பின்வாங்குவதில்லை. பொது ஜனங்கள் எங்கள் தாய் தந்தையர். பொது ஜனங்களின் அபிப்பிராயங்களை வரவேற்கிறோம். அவற்றை ஏற்றுக்கொண்டு இன்னும் திறமையுடன் வேலை செய்ய முயற்சிக்கிறோம்."

1947 ஆகஸ்ட் 16ஆம் தேதியிட்ட கடிதத்தில் விடுதலை இந்தியாவின் உற்சாக தினத்தை தோழர் பி சீனிவாசராவ் உணர்ச்சிகரமாக பதிவு செய்துள்ளார். விடுதலை இந்தியாவின் கொண்டாட்டங்கள் அனைத்து பகுதி மக்களையும் எட்டாமல் நின்றிருந்த சூழலை முழுமையாக தனது எழுத்தின் வழி படம் பிடித்து காண்பித்து உள்ளார். விடுதலை இந்தியா 75 ஆண்டுகளை கடந்த பின்பும் எதிர்கொண்டிருக்கும் சவால்களுக்கான மூலவேரை புரிந்து கொள்வதற்கும், தடைகளைக் கடந்து முன்னேறுவதற்கான சிந்தனைகளையும் தோழர் பி சீனிவாசராவ் தனது எழுத்தின் வழி சொல்லி சென்றுள்ளார்.

இத்தகு சிறப்புமிக்க நூலையும், பல்வேறு வரலாறு ஆவணங்களையும் தேடிப்பிடித்து தொடர்ந்து முகநூல் மூலம் தமிழர்களுக்கு அறிமுகப்படுத்தி அருந் தொண்டாற்றும் ஆய்வாளர் பொ. வேல்சாமி அவர்களுக்கும், காலத்தின் தேவை அறிந்து ஆர்வத்தோடு இந்த நூலை மீண்டும் பதிப்பிக்கும் அன்புத் தோழர் பரிசல் சிவ. செந்தில்நாதன் அவர்களுக்கும் நெஞ்சம் நிறைந்த வாழ்த்துகள்.

புரட்சிகர வாழ்த்துகளுடன்

ஜி. செல்வா

மத்திய சென்னை மாவட்ட செயலாளர்,
இந்திய கம்யூனிஸ்டு கட்சி (மார்க்சிஸ்ட்)

தலைமறைவு வாழ்க்கையில் எனது அனுபவம்

முதல் கடிதம்

27-1-47

அன்புள்ள சாகர்,

எனது வழக்கு இந்த மாதம் 20ம் தேதிக்கு ஒத்திப் போடப்பட்டிருந்ததை நீ அறிவாய். ஆனால் 20ம் தேதி மாஜிஸ்டிரேட் மறுபடியும் வழக்கை 24ம் தேதிக்கு ஒத்திப்போட நினைத்தார். நான் அந்த நாளில் மதராஸில் இருக்கவேண்டியிருக்கிறதெனவும், ஆதலால் வழக்கு முடிவை சிறிது முன்னதாகவே தெரிவிக்கவேண்டுமெனவும், கேட்டுக்கொண்டதன்பேரில், அவர் 22ந் தேதியன்று தீர்ப்பளிப்பதாகச் சொன்னார். அவர் உத்திரவுப் பிரகாரம் 22ந் தேதி மாலை 4 மணிக்கு கோர்ட்டுக்குச் சென்றேன். அவர் முகாமிலிருந்து தாமதித்தே வந்தார். அப்பொழுதே மணி 6 ஆகிவிட்டது. அவர் வந்தவுடன் ஓர் சி.ஐ.டி. ஆபீஸர் அவரிடம் வந்து காதைக்கடித்து ரகசியம் பேசினான். நான் சிறிது தூரத்தில் நின்று கவனித்துக்கொண்டிருந்தேன். அப்பொழுது, மாஜிஸ்டிரேடின் முகத்தில் தோன்றிய ஆச்சரியக் குறிகள் தூரத்தில் இருந்த எனக்குக்கூடத் தெளிவாகத் தெரிந்தன. இதற்குப்பின் மாஜிஸ்டிரேட் என்னை அழைத்து மறுநாள் காலை 11 மணிக்கு கோர்ட்டில் வந்து ஆஜராகும்படி கேட்டுக்கொண்டார்.

நான் கோர்ட்டிலிருந்து திரும்பிவந்தபொழுது, ஜில்லா போலீஸ் ஆபிஸில் சி.ஐ.டி. மகாநாடு நடக்கக் கண்டேன். ஒரு வெள்ளையன் தலைமைவகிக்க, விவாதம் காரசாரமாய் நடந்துகொண்டிருந்தது. இந்த நிகழ்ச்சிகளெல்லாம் என்னை சந்தேகப்படச் செய்தன. ஏதோ ஒரு சதி நடக்கிறது எனத் தோன்றியது. ஆதலால் எல்லாத் தோழர்களையும் ஜாக்கிரதையாக இருக்கும்படி எச்சரித்துவிட்டு, நான் என்னிடத்திற்கு சைக்கிளில் சென்றேன். சிலநாட்களுக்கு முன்னர் கை ஒடிந்துபோன, ஒரு தோழருடன் தங்கியிருந்தேன்.

இரவு சாப்பிட்டபின், நானும் அத்தோழரும் சிறிது நேரம் பேசிக்கொண்டிருந்தோம். பின் அவர் மேல் மாடியில் படுக்கச் சென்றார். நான் கீழே படுத்துக்கொண்டேன். 23ம் தேதி அதிகாலையில் 5 மணிக்கே வந்து பால்காரி கதவைத் தட்டினாள். தோழரின் குடும்பத்தார் யாரும் வீட்டிலில்லை. நாங்களிருவரும்தான் காலையில் காப்பி தயார் செய்துகொள்ள வேண்டியிருந்தது. ஆதலால், நான் உடனே எழுந்து, பாலை வாங்கி வைத்துவிட்டு மறுபடியும் படுத்துத்தூங்க முயற்சித்தேன். சுமார் 5–30 மணிக்கு வீட்டுக்கு வெளியே, கனத்த பூட்ஸ்களின் கிரீச் கிரீச் என்னும் சப்தம் கேட்டது. உடனே திடுக்கிட்டெழுந்தேன். வேட்டை நாய்கள் மோப்பம் பிடித்துவிட்டதென அறிந்து, உடனே வீட்டின் பின் கட்டிற்கு ஓடி, அடுத்த வீட்டில் தாவிக்குதித்து ஏறி, அங்கிருந்து பின் நகரசுத்தித் தொழிலாளர் காலனியில் விழுந்தடித்து ஓடினேன். அரைச் சராயும் உடலை மூட ஒரு துண்டும் தான் அணிந்திருந்தேன். எனது துணிமணி, பேனா, பணம் எல்லாவற்றையும் அங்கேயே விட்டுவிட்டு வந்துவிட்டேன். நான்மாத்திரம் அவைகளுக்காக தடவிக் கொண்டிருந்திருப்பேனாகில் வேட்டை நாய்கள் என் மென்னியைப் பிடித்திருக்கும். தோழரிடம் விடைபெறக் கூட அவகாசம் ஏது?

இந்த அரை நிர்வாணம் எனக்கு நன்கு உதவியது. சாதாரணக் கூலிபோல் தோன்றிய நான், தைரியமாக சி.ஐ.டி.களுக்கு எதிரில்கூட போக முடிந்தது. போவது எங்கே, காண்பது யாரை எனத் தெரியாமலேயே அங்குமிங்கும்

9–30 மணிவரை அலைந்துகொண்டிருந்தேன். தொழிலாளர் பிரதேசங்களில் சுற்றிக்கொண்டிருந்தால், நம் தோழர் யரராவது ஒருவர் அகப்படுவார் என நினைத்துத் திரிந்தேன். நான் நினைத்தது முற்றிலும் சரி. 9–30 மணிக்கு ஒரு குறிப்பிட்ட தோழரின் வீட்டிற்கருகில் சென்றேன். ஆனால் ஒரு மணி நேரத்திற்கு முன்புதான் வேட்டைநாய்கள் அங்கும் தோன்றி, அவரை இழுத்துக்கொண்டு போய்விட்டன. வீட்டிற்கருகில் நின்றுகொண்டிருந்த ஒரு சிறுவன்தான் இதைத் தெரிவித்தான். அவனிடம் நான் யாரென அறிவித்ததும் உடனே அவன் பத்திரமான இடத்துக்கு அழைத்துச் சென்றான். அந்தப் பிரதேசம் முழுவதும்தான் செங்கோட்டையாயிற்றே. அச்சிறுவன் ஒரு கைநெசவுத் தொழிலாளி எனப் பின்னர் தெரியவந்தது.

பதுங்குமிடத்தில் பத்திரமாக இருந்த என் முன் எதிர்கால திட்டங்கள் ஒன்றன்பின் ஒன்றாகத் தோன்ற ஆரம்பித்தன. அவைகளை நான் சிந்தித்து உருவகப்படுத்துவதில் ஈடுபட்டேன். நகரத்தில் என்ன நடந்தது என்பது எனக்குத் தெரியாது. தூதர்களை அனுப்பினேன். எல்லா முக்கிய தோழர்களும் சிறைக் கதவுகளுக்குப் பின்னர் தள்ளப்பட்டனர் எனத் தெரியவந்தது. நான் அன்று கோர்ட்டிற்கு வருவேன் என, கண் கொட்டாமல் பார்த்துக்கொண்டிருந்தனவாம் போலீஸ் புலிகள்.

தோழரின் வீட்டில் வைத்துவிட்டு வந்த சாமான்களை எடுத்துவரும்படி ஆளை அனுப்பினேன். தோழரையும் கைது செய்துகொண்டு சென்றிருந்ததால் மறுசாவி போட்டு சாமான்கள் கொண்டுவரப்பட்டன. எனது சால்வையும் ரூ.130 அடங்கிய பர்சும் அபேசாய்விட்டன. போலீஸ்தான் அவற்றை விழுங்கி ஏப்பமிட்டு விட்டன என அறிந்துகொண்டேன். மிகவும் குறைந்த சம்பளம் வாங்கும் அவைகள் இத்தகைய முறைகளில் இறங்கியது ஒன்றும் ஆச்சரியமில்லை.

எல்லா விபரங்களும் தெரிந்து கொண்டபின், நான் சென்டருக்கு அன்றிரவே கிளம்பத் தீர்மானித்தேன். ஆகவே, திட்டமிட்டு இரு தோழர்களுடன் பக்கத்திலிருந்த ஒரு சிறு ரயில்வே ஸ்டேஷனுக்குச் சென்றேன். ஒரு முக்கிய

வீதியையும், இரண்டு பாலங்களையும் தாண்டி நாங்கள் செல்ல வேண்டியிருந்ததால், போலீஸ் படைகள் எங்கு பிடித்துவிடுகின்றனவோ என்ற பயம் எங்கள் உள்ளத்தைப் பிடித்துக்கொண்டிருந்தது. எப்படியோ, தோழர்களுடன் ஸ்டேஷனை நான் அடைந்து விட்டேன். ஸ்டேஷனுக்குள் நான் நுழைந்தபொழுது, தூரத்தில் ஒரு லாரி வருவது தெரிந்தது. அதைச் சந்தேகித்த நான், உடனே ஓடி அருகிலிருந்த ஒரு நெல் வயலில் மறைந்து கொண்டேன்.

எனது ஊகங்கள் உண்மையாயின. அந்த லாரியில் போலீஸ்தான் வந்திறங்கிற்று. டெபுடி சூப்பரின்டென்டென்ட் தனது பரிவாரங்கள் பின் தொடர அதனின்றும் இறங்கினான். அங்கேயே பேசாமல் படுத்துக்கொண்ட தோழர்களிருவரும் ஸ்டேஷன் மாஸ்டருக்கும், சூப்பரின்டென்டுக்கும் நடந்த பேச்சுவார்த்தைகளை நன்கு கூர்ந்து கவனித்தனர்.

சூபரின்: "திருச்சி எக்ஸ்பிரஸ் இங்கு நிற்குமா?"

ஸ்டேஷன் மாஸ்டர்: ஒருவேளை நிற்கலாம். இல்லையென்றாலும் இல்லை.

உடனே சூபரின்டென்டென்ட் தன் பரிவாரங்களிடம் "அந்தப் பயல் இங்கே வரமாட்டான். அவனை ஸ்ரீரங்கத்தில் பிடிக்கலாம்" எனக் கூறியது கேட்டது. லாரி சென்றுவிட்டது. நான் அதற்குப்பின் ஸ்டேஷனுக்குத் திரும்பிவந்தேன். அன்று பிரயாணத்தை மேற்கொண்டு நடத்துவது அபாயமென உணர்ந்து, ஒரு தோழருடன் பத்திரமான பதுங்குமிடத்திற்குச் சென்றேன்.

இதற்கிடையில் நம் தோழர்கள், ஜங்ஷனுக்கு இரு வரை அனுப்பி, எனக்கு ஒரு டிக்கெட் வாங்கிக்கொண்டு அந்தச் சிறு ஸ்டேஷனுக்கு வந்து சேரும்படி அனுப்பியிருந்தார்கள். டிக்கெட் வாங்கிவந்த அவ்விருவரும், வழியில் மறைந்துகிடக்கும் எல்லா அபாயங்களையும் நன் குணர்ந்து, என்னை மேற்கொண்டு பிரயாணம் செய்ய வேண்டாமெனக் கேட்டுக்கொண்டார்கள்.

எல்லா ஜங்ஷன்கள், பெரிய ஸ்டேஷன்கள், பட்டிக் காட்டு ஸ்டேஷன்கள் எல்லாவற்றிலும் போலீசார்

கூட்டம் கூட்டமாகத் திரிந்தனர் ஜங்ஷன்களில் டிக்கெட் வாங்குபவர்கள் அனைவரையும், ஒழுங்காக ஒருவர் பின் ஒருவராக நிற்கவைத்து, யாருக்காக அவர்கள் ஒவ்வொரு வரும் டிக்கெட் வாங்குகிறார்கள் என கேள்வி மேல் கேள்வி போட்டுத் துருவி ஆராய்ந்தனர். எல்லா வண்டிகளையும் சல்லடை போட்டு சலித்துப் பார்த்தனர்.

திருச்சி எக்ஸ்பிரஸ் சென்ற பிறகு மறுபடியும் லாரி அந்தப் பழைய சிறு ஸ்டேஷனருகே வந்து நின்றது. மறுபடி ஸ்டேஷன் மாஸ்டர் கேள்விகள் கேட்கப்பட்டார்.

போலீஸ் : "எக்ஸ்பிரஸ் இங்கு நின்றதா?"

ஸ்.மா : "ஆம். நின்றது."

போ : "யாராவது மதராஸுக்கு டிக்கெட் வாங்கினார்களா?"

ஸ்.மா : "இல்லை. மூன்று பேர் மாத்திரம் ரயிலிலிருந்து இறங்கினார்கள்."

போ : "யாராவது ரயிலில் ஏறினார்களா?"

ஸ்.மா : "இல்லை."

இந்த சம்பாஷணை முழுவதையும் நம் தோழர்கள் ஒட்டுக்கேட்டனர்.

இரண்டு நாட்களுக்குப் பின்னர் சென்டருக்குப் புறப்பட்டேன். ஒரு குறிப்பிட்ட ஜங்ஷனில் சில சி.ஐ.டி.க்கள் என்னை மோப்பம் பிடித்துப் பின் தொடர ஆரம்பித்தனர். ஒரு வேளை என்னை அவர்களுக்கு நன்கு தெரியாமலிருந்திருக்கலாம். எனினும் நான் சந்தேகம் கொண்டேன். நான் கக்கூஸிற்குச் சென்றிருந்தபொழுது. என் இடத்தில் நான் இல்லாததைக்கண்ட சி.ஐ.டி. என் பக்கத்தில் உட்கார்ந்து கொண்டிருந்த ஒருவரிடம் நான் எங்கு சென்றிருக்கிறேன் என விசாரித்திருக்கிறான். ஆதலால் நான் மறுபடியும் என் இடத்திற்குச் சென்ற பொழுது, அருகில் அமர்ந்திருந்த அந்த மனிதர் என்னை யாரோ ஒருவர் தேடினார் எனக் கூறி, தேடிய அந்த ஆசாமியையும் காட்டினார். எனது சந்தேகம்

ஊர்ஜிதமாயிற்று. மேலும் பிரயாணம் தொடர்ந்து நடத்துவது பெரும் அபாயமென உணர்ந்தேன். ஆதலால் ஓடும் ரயிலிலிருந்து குதிக்க எண்ணினேன். குதித்தபொழுது இடதுகாலில் சில இடங்களில் லேசாக சதை பிய்த்துக்கொண்டு போயிற்று. அந்தக் காயங்களுடன் 10, 12 மைல் அலைந்து திரிந்தேன். ஒரு பத்திரமான இடத்திற்குச் சென்றேன். அங்கிருந்து கடைசியாக பத்திரமாக சென்டருக்கு வந்து சேர்ந்தேன். சென்டரில் பதுங்குமிடத்தை அடிக்கடி மாற்றுவதிலுள்ள பல இன்னல்களை நீ நன்கு அறிவாய்.

புரட்சி வாழ்த்துகள்

சுந்தரராஜ்

இரண்டாவது கடிதம்

22-2-47.

அன்புமிக்க சாகர்,

நான் சென்டரை விட்டு ரயில்வே ஸ்டேஷனுக்குப் புறப்பட்டேன். பஸ் ஒன்றும் கிடைக்கவில்லை. ஆதலால், நான் 13 மைல்கள் நடந்தேன். ரயிலைக் குறித்த நேரத்தில் பிடிக்க ஒரு மைல் தூரம் விழுந்தடித்து ஓட வேண்டியும் நேரிட்டது. இடையில் ஒரு ஸ்டேஷனில் இரண்டு பேர்கள் நானிருந்த வண்டிக்குள் ஏறினார்கள். அவர்களை நான் சந்தேகக் கண்களோடு கவனித்தேன். ஆனால், அவர்கள் பொன்மலையில் வேலை செய்யும் ரயில்வேத் தொழிலாளர்களெனத் தெரிந்துகொண்டு, தைரியமாக நிம்மதியாய்த் தூங்கினேன்.

17ம் தேதி மதுரையை அடைந்தேன். நான் மதுரைக்குக் கடிதம் எழுதியதுடன், திருப்தியடையாமல் ஒரு நபரையும் நான் அங்கு செல்வதற்கு முன்பே அனுப்பி யிருந்தேன். மதுரையில் குறிப்பிட்ட மனிதர் செய்தியைப் பெற்றுக்கொண்டு, செய்தி கொண்டுவந்த நபரைச் சந்தேகித்துத் துரத்திவிட்டார். செய்தியை படித்துவிட்டு மற்றொரு தோழரிடம் கொடுத்திருக்கிறார். செய்தியின் பிரகாரம், யாராவது என்னை ஸ்டேஷனிலேயே சந்திக்க வேண்டும். ஆனால், நான் அங்கு இறங்கியபொழுது யாரையும் காணவில்லை. பின் நான் சாலை வழியாக மெதுவாகப் போய்க்கொண்டிருந்தபொழுது, சைக்கிலில் என்னை நோக்கி வந்துகொண்டிருந்த ஒரு தோழர், என்னைச் சுற்றுவழியாக

அழைத்துக் சென்றார். போகவேண்டிய இடத்தைப்பற்றிச் சொன்னேன். அந்த இடம் அவருக்கே தெரியவில்லை. ஆனால், உடனே கண்டுபிடித்துச் சொல்வதாக உறுதி கூறினார். ஒரு பிரதேசத்தில் என்னைக் கொண்டுபோய்விட்டு, அங்கேயே சிறிது நேரம் இருக்கும்படியும், இதற்கிடையில் ஒரு பத்திரமான இடத்திற்கு அழைத்துச் செல்வதாயும் சொன்னார்.

அந்தப் பிரதேசத்திலேயே, சிறிது நேரம் அங்குமிங்கும் நடந்து கொண்டிருந்தேன். பின் மேற்குறிப்பிட்ட தோழர் மற்றொரு தோழருடன் வந்தார். மாகாணக் கமிட்டி ஆபீஸில் தகவல் சேகரிக்கும் பிரிவில் முன் வேலை செய்து புகழடைந்த தோழர்தான் அவர்! அந்தத் தோழருடன், ஸ்டேஷனுக்கு அருகாமையிலிருந்த ஒரு இடத்திற்கு நான் ஒரு குன்றில் ஏறியும், இறங்கியும், ஒரு ஏரியைத் தாண்டியும் வெகுதூரம் சுற்றிச் செல்ல வேண்டி வந்தது. 40 நிமிஷங்கள் நடந்தோம். இந்த தலையைச் சுற்றி மூக்கைத்தொடும் விவகாரம் நடக்காமல் தடுத்திருக்கலாம். எனது நேரத்தையும், சக்தியையும் விரையம் செய்ய வேண்டியிருக்காது.

நாள் முழுவதும் நான் ஒரு கவளம் சோறுகூட சாப்பிடவில்லை. முழுப்பட்டினி. மேலும் கால் ஓயுமட்டும் நடந்திருக்கிறேன். நான் என் தற்காலிகத் தங்குமிடத்திற்கு வந்தபொழுது என் ஒவ்வொரு அங்கமும் மேற்கொண்டு வேலைசெய்ய மறுத்தன. களைப்புவந்து என்னைக் கௌவிக்கொண்டது.

எனக்கு இடமளிக்கும் தோழர் உடனே சென்று இரண்டு டஜன் நல்ல வாழைப்பழங்களும், குளிர்ந்த பானமும் வாங்கிவந்தார். எல்லாப் பழங்களையும், பானத்தையும் வயிற்றிற்குள் தள்ளிய பிறகுதான் எனக்கு உயிர் வந்தது. கொஞ்சங் கொஞ்சமாக இருள் மூடத் தொடங்கியது. ஆதலால் நான் வைகை நதியில் உடலை நனைத்துக் கொள்வதற்காகச் சென்றேன். தண்ணீரில் ஆனந்தமாக முழுகி முழுகி எழுந்தேன். அந்த இன்பமான குளிர்ந்த ஜலம், என்னைத் தழுவி, சலசலவென சப்தித்துக்கொண்டே கிழக்கு நோக்கிச் சென்று கொண்டிருந்தது. அத்துடன் எனது

பீடைகள் எல்லாவற்றையும் அது கழுவி விட்டது போன்ற உணர்வு தோன்றியது. பழைய உற்சாகம், உணர்வு, பலம் எல்லாம் மறுபடியும் பெற்றேன். நான் வீடு திரும்பினேன். சாதம், மாமிசம், காய் கறிகளெல்லாம் என் வரவு காணாமல் ஏங்கிக் கொண்டிருந்தன. அவைகளை வயிறு நிறைய ஒரு கை பார்த்தேன். பின் என் விருந்தினர் அளித்த சிகரெட்டுகளையும், தாம்பூலத்தையும் பாலனுக்காகவும் பி.ஆர்.க்காகவும் தனியாக எடுத்து வைத்துவிட்டேன். எனக்குப் பாதுகாப்பளித்தவர் ஒரு விவசாயத் தோழர். மூக்கில் இரண்டு பருக்கைவர சாப்பிட்ட பிறகு, எனது கண்கள் சுழன்றன. மேல் இமை கீழ் இமையைத்தழுவிக் கொண்டது. பெருந்தூக்கத்தில் ஆழ்ந்துவிட்டேன்.

இரவு 11½ மணி சுமாருக்கு நான் எழுப்பப்பட்டேன். என்னை ஒரு ஜட்காவில் ஏற்றி ஒரு குறிப்பிட்ட இடத்திற்கு அழைத்துச் சென்றார்கள். சில நிமிட நேரம் பிரயாணம் செய்த பிறகு, நகரின் ஒரு மூலையிலுள்ள குறிப்பிட்ட வீட்டிற்குள் அழைத்துச் செல்லப்பட்டேன். ஆனால், இன்றுங்கூட அந்தப் பிரதேசத்தை என்னால் கண்டுபிடிக்க முடியாது.

நான் வீட்டிற்குள் சென்றபொழுது என்னை விருந்தாளியாக ஏற்றுக்கொள்ளும் அந்தத் தோழர் அங்கு இல்லை. அவருடைய மனைவி இருந்தார். அவர் நமது கக்ஷியின் நல்ல அனுதாபி. நான் சென்ற அரை மணி நேரத்திற்குப் பிறகு அந்தத் தோழரும் வந்து சேர்ந்தார். தான் சரியான சமயத்தில் அங்கு இல்லாமல், எனக்கு அசௌகரியத்தை உண்டுபண்ணியதற்கு வருந்திக்கொண்டு, அதற்கான காரணங்களைச் சொல்ல ஆரம்பித்தார். அவர் அங்கு இல்லாமல் என்னை அசௌகரியத்தில் வைத்துவிட்டாரா? அல்லது நான் அங்கு சென்றதன் மூலம் அவரைத் தான் அசௌகரியத்தில் ஆழ்த்துகிறேனா? பின் நானும், தோழரும் சாப்பிட உட்கார்ந்தோம். ரஸமும் சாதமும் கிடைத்தது. என்ன ரஸம் என நினைக்கிறாய்? வெறும் புளியைக் கரைத்து, அதில் உப்பும், மிளகாய்த் தூளும் சேர்த்து கொதிக்க வைத்திருக்கிறார்கள். வட்டில் நிறைய சாதம் இருந்தது. நமது தோழர் தனது வட்டிலிலிருந்த சாதத்தை

ரண்டே நிமிடங்களில் விளாசிவிட்டார். ஆனால் நான் முந்திய சாப்பாட்டைப் பற்றி நினைத்துக்கொண்டிருந்தேன். நான் சாப்பிட முடியாமல் வைத்துவிட்டு, வந்த மாமிசத்தைக் கையுடன் கொண்டுவராததை நினைத்து வருந்தினேன்.

இந்தத் தோழர் ஓர் கடை வைத்திருக்கிறார். இவரை மத்திய வர்க்கத்தைச் சேர்ந்தவர் எனக்கூறலாம். இவர் சாப்பிடும் உணவை நமது கம்யூன் உணவுடன் ஒப்பிட்டுப்பார். நமது தோழர்களில் சிலர், கம்யூன் உணவை இன்னும் நன்கு சீர்திருத்தவேண்டுமென விரும்புகிறார்கள். தயிர் இல்லை, பால் கிடைக்கவில்லை என சாப்பிட உட்காரும்போது முணுமுணுக்கிறார்கள்.

இதர தோழர்களுடன் கலந்தாலோசித்து வேறு இடத்திற்கு என்னை அனுப்புவதாகவும், அதுவரை நான் நிம்மதியாய்த் தூங்கலாம் எனவும் கூறி, ஒரு பாயையும் தலையணையையும் கொடுத்துவிட்டு, சில நிமிடங்களில் திரும்பி வந்துவிடுவதாகச் சொல்லிச் சென்றார்.

தோழரின் மனைவி, தன் கணவர் வெளியே சென்றவுடன் ஒரு பெரும் யுத்தத்திற்கான ஏற்பாடுகள் செய்து கொண்டிருந்தார். "என்ன செய்துகொண்டிருக்கிறீர்கள்" என நான் கேட்டதற்கு படையெடுத்துவரும் மூட்டைப் பூச்சிகளை ஹதஞ் செய்துகொண்டிருப்பதாகக் கூறினார். சுற்றிலும் பார்த்தேன். எல்லாப் பக்கங்களிலிருந்தும், கும்பல் கும்பலாக எங்களை நோக்கி முன்னேறி வரும் மூட்டைப்பூச்சி சைன்யங்களைக் கண்டேன். நான் பாயை எடுத்துவிட்டு, கீழே படுத்துக்கொள்ளத் தீர்மானித்தேன்.

"உங்களையெல்லாம் ஜெயிலில் போடக்கூடாது. இந்த மாதிரி அறையில் ஒருவாரம் அடைத்துவைத்தால் போதும். அதிகாரிகளிடம் மன்னிப்புக்கேட்டுக்கொண்டு, அரசாங்கத்திற்கு எதிரிடையான தொழில்களில் ஈடுபட மாட்டீர்கள் என சிரித்துக்கொண்டே. தமாஷாகக் கூறினார் தோழரின் மனைவியார். காங்கிரஸ் மந்திரிசபைக்கு இந்த முறையை சிபார்சு செய்யும்படி நானும் சிரித்துக் கொண்டே பதில் கூறினேன்.

அந்த வீடு 10 அடி நீளம், 10 அடி அகலம் கொண்ட ஒரு சிறு அறைதான். முன்னால் 15 அடி நீளத்திற்கு 4 அடி அகலமான ஒரு தாழ்வாரம் இருக்கிறது. இங்கு ஒரு பசுவும், கன்றும் கட்டப்பட்டிருக்கின்றன. வேளை நான் வருவதை உத்தேசித்துத்தானோ என்னவோ, இன்னொரு பசுவை கிராமத்திற்கு ஓட்டி அனுப்பிவிட்டார்களாம். கைத்தறி வேறு ஒரு மூலையில் இருந்தது. இந்த ஒரு அறையில்தான் சமைப்பது, சாப்பிடுவது, எல்லாச் சாமான்களையும் வைத்துக்கொள்வது, உறங்குவது; மற்றும் வாழ்க்கையின் எல்லா வசதிகளுக்கும் இவர்களுக்கு இருந்தது இந்த ஒரே ஒரு இடம்தான். இவருக்கு 18 மாதங்கள் நிரம்பிய ஒரு குழந்தை இருக்கிறது. மறு படியும் கர்ப்பிணியாயிருக்கிறார். அதிகக் குழந்தைகள் பெறுவது ஏழைக் குடும்பங்களுக்கு எல்லையில்லாத் தொல்லையையும், துன்பத்தையும் கொடுக்கும் என நான் தோழரின் மனைவியாரிடம் சொல்லத் துணியவில்லை. அதிகக் குழந்தைகள் பெறுவது அவர்களுக்கு சந்தோஷத்தை அளிக்கக்கூடியதாயிருக்கலாம்.

கஷ்டப்படும் இவர்களை, மேலும் நரக வேதனையிலாழ்த்த கணக்கு வழக்கற்ற மூட்டைப்பூச்சிகளுண்டு. இந்தச் சிறிய, அற்ப ஜந்துக்கள் எப்படி மோப்பம் பிடித்து சுவர்களிலிருந்தும், மேல் கூரையிலிருந்தும், எல்லா இண்டு இடுக்குகளிலிருந்தும் வெளிப்பட்டு, மனித ரத்தத்தை உறிஞ்சுவதற்கு வருகின்றன என்பதும், மனிதன் விழித்துக்கொள்ளும்பொழுது எவ்வளவு வெகு வேகமாக ஓடித் தப்பித்துக்கொள்கின்றன என்பதும், ஆச்சரியகரமான விஷயங்களேயாகும். தன்னைப் பிடிக்க வருபவனின்றும் தப்பித்து ஓடுவதில், நம்மைக் காட்டிலும் இம்மூட்டைப் பூச்சிகள் திறமைசாலிகளாக இருக்கின்றன என நினைக்கிறேன்.

இரவெல்லாம் இன்ப கீதம்பாடி நம்மை ஆனந்தத்திலாழ்த்த, கொசு மகாராஜாக்களுக்கோர் குறைவில்லை. உலகிலேயே, சங்கீதத்தில் தம்மை மிஞ்சினோர் யாரும் கிடையாது என தற்பெருமைபோலும் இவைகளுக்கு. அவைகள் தம் அழகிய சிறகுகளை விரித்து,ஆனந்தமுடன் ரீங்காரம் செய்வது, ஆஹா! என்ன அற்புதம். பாடிப் பாடித் தொண்டையெல்லாம் வறண்டுபோனால், பான

வகைகள் சாப்பிடும் நம் பிரபல பாடகர்களைப்போலவே, அவைகளும் பாடிப்பாடிக் களைப்படையும்பொழுது ஒரு இரண்டு துளி ரத்தத்தை உறிஞ்சிக் கொள்ளுகின்றன. ஆம், மூட்டைப்பூச்சிகளும், கொசுக்களும், மனித ரத்தத்தை உறிஞ்சும் ஏகாதிபத்திய வர்க்கத்தைச் சேர்ந்தவை.

இந்த அற்ப இரண்டு உயிர்களும், வாழ்க்கையை நரகமாக்கிக்கொண்டிருந்தன. இவை தவிர இரவு நேரங்களில் மாத்திரம் விஜயம் செய்யும் பெரிய மனிதர்கள் சிலரும் இருந்தார்கள். இருள் கவிய வேண்டியதுதான் தாமதம், இவர்கள் பலாத்காரமாக நம் வீடுகளை ஆக்ரமித்துக்கொள்வார்கள். அவர்கள் சந்தோஷ ஆரவாரத்தில் பானை, சட்டிகள் உருளும். தானிய வகையறாக்கள் தாராளமாக அவர்கள் வயிற்றினுள் பிரவேசிக்கும். இவர்கள் சுலபமாக மனிதர்கள் கையில் அகப்படுவதில்லை.

எண்ணற்ற மக்களின் பாத்தியதைக்காகப் போராடும் கக்ஷியின் அனுதாபியான தோழரின் மனைவியார் இந்தப் பெரியார்களின் உரிமைகளைப் பறிப்பது கக்ஷிக் கொள்கைகளுக்கு மாறுபட்டது என விட்டிருக்கிறாரோ என்னவோ தெரியாது. நீ, அசந்தவாக்கில் பார்த்தால் இப்பெரியார்களைப் பூனை என நினைத்துவிடுவாய். அவ்வளவு பெரியவை இந்த சந்துபொந்துகளில் வாழும் பெரியார்கள். ஆனால் மனிதர்கள் மட்டும் ஏனோ இவர்களை பெருச்சாளிகள் என அழைக்கிறார்கள்; எனக்குத் தெரியாது.

இந்த எல்லா நண்பர்களுடைய சந்தோஷ ஆரவாரங்கள், ஆர்ப்பாட்டங்களுக் கிடையே நான் படுத்துக்கிடந்தேன். பசுவும் கன்றும் படுத்துக்கொண்டிருந்தன. அந்தப் பக்கத்திலிருந்து குடலைக் குமட்டும் நறுமணம் காற்றில் மிதந்துவருகிறது. இதுதான் வாழ்க்கை. எண்ணற்ற எளிய மக்களின் வாழ்க்கை. இந்த எல்லாக் கஷ்டங்களுக்கிடையேயும், இன்பம் காண்கின்றனர் தம்பதிகள்.

நமது தோழர் சாதாரணமானவரல்ல. அவர் பார பக்ஷமற்றவர். ஜாதி, மத, நிற, தேச, அரசியல் வித்தி யாசங்களுக்கெல்லாம் புறம்பானவர். எல்லோரையும் மதிப்பவர். இந்தச் சிறிய அறையில் மார்க்ஸ், லெனின்,

ஸ்டாலின், ஈ.வே.ரா., அண்ணாத்துரை, ஜீவா, ஜோஷி முதலிய எல்லாத் தலைவர்களுடைய படங்களையும் அழகு பெற மாட்டியிருந்தார். அவருடைய படமும் அழகாகத் தொங்கிக்கொண்டிருந்தது. அன்றிரவுதான் எனக்கு சிவராத்திரியாயிற்றே. ஆதலால் அப்படங்களைப் பார்த்துக்கொண்டே படுத்துக்கிடந்தேன்.

சரியாகக் காலை 3 மணிக்குத் தோழர் வந்தார். நான் படங்களைப் பார்த்துக்கொண்டிருப்பதைக் கவனித்த அவர், தான் ஜாதிவிட்டு ஜாதி கல்யாணம்செய்துகொண்டிருப்பதாக அறிவித்தார். காலை 4 மணிக்கெல்லாம் நாங்கள் புது இடத்திற்குக் கிளம்பவேண்டுமெனக் கூறி வீட்டு, பாயை விரித்து அவர் படுத்துக்கொண்டார். அவ்வளவுதான், ஒரு நிமிடத்தில் குறட்டை சப்தம் கேட்டது. மூட்டைப்பூச்சிகள், கொசு மகாராஜாக்கள், பெரியார் பெருச்சாளியார், எல்லோருடைய பாச்சாவும் இவரிடம் பலிக்கவில்லை. எல்லாம் தோல்வியை ஒப்புக் கொண்டு, முகத்தைத் தொங்கப்போட்டுக்கொண்டன. நான் இப்பொழுது அவைகளைப் பார்த்து, அவைகளுடைய திறமையின்மையைப் பரிகசித்து ஆனந்தப்படலாமல்லவா?

காலை 4 மணிக்கு நான் அவரை எழுப்பி, அவருடன் புது இடத்திற்குச் சென்றேன். நாங்கள் சென்ற வீட்டில் மூன்று குடும்பங்கள் வசித்துவந்தன. ஒன்று மேல் மாடியிலும் இரண்டு கீழேயும். நாங்கள் கதவைத் தட்டினோம். கீழே வசித்தவர்களில் ஒருவர் எழுந்துவந்து கதவைத் திறந்தார். ஆனால் எங்களைக் கண்டதும், நாங்கள் சி.ஐ.டி.களென நினைத்துக்கொண்டு உள்ளேவிட மறுத்தார். தூக்கமின்மையால் களைப்படைந்த நான் அசையாமல் அங்கேயே உட்கார்ந்துவிட்டேன். அரை மணி நேரத்திற்குப் பிறகுதான் உள்ளே போகமுடிந்தது. ஏன் இந்தக் கஷ்டம்? நான் வருவதை முன்கூட்டியே, அங்கே வசித்துவரும் தோழருக்கு அறிவிக்கப்படவில்லை. நான் மேல்மாடி சென்றேன். என்னைக் கண்டபிறகுதான் அந்தத் தோழருக்கு நம்பிக்கை உண்டாயிற்று.

இந்தப் புதுத்தோழர் ஒரு கைத்தறி நெசவாளி. சராசரி மாதவருமானம் ரூ.50. அவருக்கு மனைவியும்,

ஒரு 1½ வருடக் குழந்தையும் இருந்தனர். இக்குழந்தைதான் அவருடைய சர்வமும். நல்ல துடுக்கான பையன். பயமேயறியாதவன். யாரைக் கண்டும் அஞ்சுவதில்லை. ஒன்றிரண்டு கூட்டங்களுக்கு அழைத்துச் செல்லப்பட்டதால் நமது ஸ்லோகங்கள்கூட கோஷிக்கிறான். ஆனால் அது இதரர்களுக்குப் புரியாத பாஷையில்தான். ஒருநாள் செங்கொடி ஊர்வலத்தைக் கண்ட, இச்சிறுவனுக்குக் கொடியின்மேல் ஆசை பிறந்துவிட்டது. அவன் தாயார் ஒரு துணியை, ஒரு குச்சியில் கட்டிக்கொடுத்தாள். அதை வைத்துக்கொண்டு ஆர்ப்பாட்டம் செய்து, ஸ்லோகங்கள் கோஷித்தான் பையன். இந்தக் குழந்தையைப் போஷிக்கப் போதுமான பால் பெற்றோர்களுக்குக் கிடைப்பதில்லை. குழந்தை நாளுக்குநாள் பலஹீனமடைந்து வருகிறான். இப்படி வாடி, வதங்கி அவதியுறும் தொழிலாளர்கள், தங்களுடைய கஷ்டங்களைப் பொருட்படுத்தாமல், தங்கள் உணவை நமக்களித்து, நம்மைக் காப்பாற்றுகிறார்கள்.

புரட்சி வாழ்த்து,

சுந்தரராஜ்.

மூன்றாவது கடிதம்

23-3-47

*அன்*பார்ந்த சாகர்,

நான் கடந்த நான்கு நாட்களாக இங்கு இருந்தும், தோழர் ரத் என்னைச் சந்திக்கவோ அல்லது எனக்கு ஒரு இடம் ஏற்பாடு செய்யவோ இல்லை. ஆகவே நான் இங்கு தங்கியிருக்கும் இன்னொரு தோழருடைய பதுங்குமிடத் தைத்தான் உபயோகித்து வருகிறேன். நான் இங்கு 17-ம் தேதி வந்தேன். அன்று தோழர் ரத் இங்கில்லை. 18ம் தேதி வந்தவர், இன்னும் எவ்வித ஏற்பாடுகளும் செய்யவில்லை. எந்தத் தோழரின் பதுங்குமிடத்தை உபயோகித்துக்கொண்டு இருக்கிறேனோ, அத்தோழர் 21ம் தேதியன்று சிறிது கலவரமடைந்தார். ஏனெனில் அன்றுதான் தோழர் ரத்தின் உதவியுடன் நான் குறிப்பிட்ட வேறு ஒரு இடத்திற்குச் செல்லுவதற்கான ஏற்பாடுகள் நடந்துகொண்டிருந்தன. ஒரு தோழர் என்னை அழைத்துப்போக வந்தார். அதற்குப்பின் மற்றுமிருவர் வந்து கதவைத் தட்டினார்கள். இது சந்தேகத்தை எழுப்பியது. நான் வீட்டை விட்டு அகன்றுவிட் டேன். அந்தத் தோழரும் அன்றிரவு வெளியேதான் எங்கோ தங்கினார். ஆனால் பின்னர்தான், வந்து கதவை தட்டிய இருவரும் நமது அனுதாபிகள் எனவும் ஏதோ அகஸ்மாத்தாகத்தான் அங்கு வந்தார்களெனவும் தெரிய வந்தது. எது எப்படியாயினும், நான் எனது இடத்திற்கு வந்துவிட்டேன்.

இப் புது இடம் 9 அடி நீளம், 9 அடி அகலமுள்ள ஒரு சிறு அறை. அதில் ஒரு தொழிலாளித் தோழர் வசித்து

வந்தார். அவர் ஒரு மில் தொழிலாளி. அவர்மேல் ஒரு கேஸ் கோர்ட்டில் பெண்டிங்கிலிருந்தது. பகலெல்லாம் மில்லில் வேலை செய்வார். இரவில் நாங்களிருவரும் அதில் படுத்துக்கொள்ளுவோம். அவர் ஒரு நல்ல உண்மையான தோழர். இந்த அறையில் தண்ணீர், கக்கூஸ், காற்றோட்ட வசதிகள் இல்லை. இருப்பினும் சௌகரிய மாகத்தான் இருந்தது. எனக்கு தினமும் பக்கத்திலிருந்த ஒரு தொழிலாளியின் குடும்பத்திலிருந்து நல்ல உணவு கிடைத்துக்கொண்டிருந்தது.

ஜலம், மலம் கழிப்பதற்கு இரவில்தான் வெளியே செல்ல வேண்டும். ஒரு நாள் அதிகாலையில் எழுந்து வெளிக்குப் போய்விட்டு திரும்பி வரும்பொழுது வழியிலிருந்த ஹோட்டலில் காப்பி குடிப்பதற்காக நுழைந்தேன். ஒரு சி.ஐ.டி. வந்து என் பக்கத்தில் அமர்ந்தான். எனக்கு அவனைத் தெரியாது. அவனும் முன்பின் என்னைக் கண்டதில்லை. என்னுடன் வந்த மாணவத் தோழர்தான் எனக்கு விஷயத்தைத் தெரிவித்தார். மறுநாளும் நான் காலையில் வெளிக்குப் போனபொழுது, என்னை யாரோ பின்தொடருவதாகச் சந்தேகங் கொண்டேன். இதைப்பற்றி கடுமையாக தோழர் ரத்திற்கு ஓர் கடிதம் எழுதினேன். நான் சிறையிலிருந்த 1940–வருட காலங்களில், அவர் வெளியில் தலைமறைவு வாழ்க்கை நடத்தியிருப்பதாயும், ஆதலால் என்னைக்காட்டிலும் அவருக்கு அவ்வாழ்க்கையில் அனுபவம் அதிகம் எனவும் பதில் அனுப்பினார் தோழர் ரத். கடிதமெழுதி என் வாயை அடக்கியதோடு நிற்காமல் என்னை வேறு இடத்திற்கு மாற்ற வேண்டிய முயற்சிகளையும் செய்துவந்தார்.

பின், பொறுமையாக நிலைமையை விளக்கி ஒரு கடிதம் மறுபடியும் அவருக்கு எழுதினேன். அது அவருக்கு நிலைமையை உணர்த்தியிருக்கவேண்டும். கோபம் கொள்ளுவது முட்டாள்தனம் என்பதை நானும் உணர்ந்தேன். தலைமறைவு வாழ்க்கையில் கோபம் உதவாது. நீ உனக்குள்ளேயே கோபத்தால் வெந்து, நொந்துபோகவேண்டியதுதான். காரியம் ஒன்றும் நிறைவேறாது.

நான் புதிதாகச் சென்ற இடம் மாகாணக் கமிட்டி ஆபீஸைப்போல், ஒரு சத்திரம். யார் வருகிறார்கள். யார் போகிறார்கள், யாருக்கும் தெரியாது. அது குமாஸ் தாக்களுடைய சாப்பாட்டுவிடுதி. அங்கே இருவருக்கு என்னைத் தெரியும். மற்றவர்கள் என்னைக் கண்டது கூடக் கிடையாது. நான் அங்கே 5 நாட்கள் தங்கினேன். அவர்களும் என்னைச் சந்தேகித்திருக்கவேண்டும். ஒரு நாள் நான் யார் என எனக்குத் தெரிந்தவரிடம் இதரர்கள் கேட்டார்கள். நான் அவ்விடத்தைவிட்டுச் சென்ற பிறகு தான் விஷயத்தைச் சொல்லுவதாக அவர் மறு மொழியளித்தார். இது அவர்களுடைய சந்தேகங்களைக் கிளறிவிட்டது.

பிரகாசத்தினால் அவர்கள் பிரச்சினை குழப்பப்பட்டதாலும் தங்களுடைய குறைந்த சம்பளத்தால் ஏற்பட்ட அதிருப்தியாலும், அனேகமாக இவர்கள் எல்லோரும் காங்கிரசிற்குப் பரமவிரோதிகளாக மாறியிருந்தார்கள். அவர்களில் சிலருக்கு நம்மீது அனுதாபமிருக்கிறது. கம்யூனிஸம், ரஷ்யா முதலியவற்றைப்பற்றி அதிகமாகத் தெரிந்துகொள்ள அவர்கள் விரும்புகிறார்கள். நான் ஒரு நாள் அவர்களுடன் சோவியத் யூனியனைப்பற்றியும், சர்வதேச அரங்கில் அதனுடைய பங்கைப்பற்றியும், சோஷலிஸம் என்றால் என்ன?, கம்யூனிஸம் என்றால் என்ன? என்பவைகளைப்பற்றியும் சம்பாஷித்தேன்.

தினந்தோறும், 20 பேர்களுக்குத் குறையாமல், அங்கு வசித்த குமாஸ்தாக்களைக் காணுவதற்காக, வந்து கொண்டும் போய்க்கொண்டும் இருந்தார்கள். ஆதலால், அங்கு நீடித்திருப்பது என் நலனுக்குகந்ததல்ல என்று தெரிந்தது. எனவே, புது இடத்திற்குச் சென்றேன். இது ஒரு தொழிலாளியின் வீடு. அவர் நம் கட்சி அங்கத்தினர். சுற்றிலுமுள்ள வீடுகளிலும் தொழிலாளரே வசித்துவந்தார்கள். இதற்கிடையில் நான் ‘ரத்தை’ச் சந்தித்தேன். தஞ்சாவூர் ரவியையும், பாளையம் ராஜுவையும் பார்த்தேன். திட்டங்களெல்லாம் ஒழுங்காகப் போட்டு முடிந்தன. நான் சென்ற புது இடத்தைப்பற்றி இப்பொழுது சொல்லுகிறேன்.

12 அடி நீளம், 4 அடி அகலம், 44 அடி உயரமுள்ள ஒரு தாழ்வாரம் எனக்குக் கொடுக்கப்பட்டது.

அங்கு கக்கூசும், குளிக்க வசதியுமிருந்தது. ஆனால், குளிப்பதற்குத் தண்ணீர் வெளியேயிருந்துதான் கொண்டுவர வேண்டியிருந்தது. இடத்தைப்பற்றி அல்ல, இப்போது பிரச்னை. அவர்களுக்காகப் பாடுபடும் நம்மேல் அவர்களுக்குள்ள ஆழ்ந்த அன்பும் அனுதாபமும் என் உள்ளத்தைக் கொள்ளை கொள்ளுகிறது. இக்குடும்பத்தில் தோழரும், அவர் மனைவி, ஒரு சிறு குழந்தை, கண் தெரியாத வயது சென்ற ஒரு ஸ்திரீ முதலியோரும் வசித்து வந்தார்கள்.

தோழர் எனக்கு மூன்று வேளையும் நல்ல உணவளித்தார். நான் முதலில் பால், தயிர் முதலியவை வாங்குவதற்காகக் கொடுத்த ரூ. 2ஐ வாங்க மறுத்தார். பின்னர் மிகவும் கட்டாயப்படுத்தியதின் பேரில் அதைப் பெற்றுக் கொண்டார். நான எங்கு சென்றாலும், அங்கே ஒரு பசு என்னுடன் உறவாடக் காத்துக்கொண்டிருக்கும் போலும்! இங்கு பசு எனக்கு மிகவும் அருகிலேயே இருந்தது. ஆதலால் அதனுடைய நறுமணம் கமழும் மூத்திரத்தையும், பரிமளம் வீசும் சாணியையும் என்னால் நுகராமலிருக்க முடியவில்லை.

இங்குதான் நான் விவசாய மகாநாட்டிற்கு வேண்டிய ரிப்போர்ட்டுகளை யெல்லாம் தயாரித்தேன். தீர்மானங்களைப்பற்றிய குறிப்புகளும் எடுத்துக் கொண்டேன்.

ஒரு நாள் அடுத்த வீட்டில் நிகழ்ந்த ஒரு சம்பாஷணையை நான் கேட்க நேரிட்டது. தோழர் ராமமூர்த்தி யைப்பற்றிப் பேசிக்கொண்டிருந்தார்கள். கணவன் மனைவியிடம் சொல்லிக் கொண்டிருந்தான்:– “தலைவர் நல்லாத் தலையை மொட்டை போட்டுக்கிட்டிருக்காரு. இன்னிக்கு லாரியிலே கோர்ட்டுக்குக் கொண்டு வந்தாங்க. தொழிலாளிகள் லாரியை மறிச்சிக்கிட்டு "தோழர் ராம மூர்த்திக்கு ஜே!” என பலமா கோஷிச்சாங்க". முடிவாக தம்பதிகளிருவரும் ராமமூர்த்தி வெற்றிகரமாக விடுதலையாவார் எனத் தீர்ப்புக் கட்டினர். எங்குமே ராமமூர்த்திமேல் தொழிலாளர்களுக்குள்ள அன்பும் மரியாதையும் அசாத்தியம். தினமும் அவர் பெயர் அடிபடாத தொழிலாளர் வீடே இல்லையெனலாம்.

மற்றொரு நாள், நான் தங்கியிருந்த வீட்டில், ஒரு சிறிய மாதர் மகாநாடு நடைபெற்றது. வீட்டின் சொந்தக்காரத்

தோழரின் மனைவி, தான் கேட்டுவந்த உலக இளைஞர் தூதுகோஷ்டி"யின் பிரசங்கங்களைப்பற்றிச் சொல்லிக் கொண்டிருந்தார். ரஷ்ய டெலிகேட்டைப் பற்றிப் பெருமையாக அவர் சொன்னார். "அப்பா எவ்வளவு உரத்த குரல்! பேசும்பொழுது, கையை எப்படி அப்படியும் இப்படியும் வீசுகிறாள்! அவள் கூச்சப்படவேயில்லை. ஏனெனில் நன்கு படித்திருக்கிறாள். ரஷ்யாவில் எல்லாப் பெண்களும் அப்படித்தானிருக்கிறார்கள்". பின் அவர், ரேடியோ நிகழ்ச்சிகளை வைத்து, கூட்டத்திற்கு இடைஞ்சல் செய்த முனிசிபாலிடியைப்பற்றிக் குறைவாகப் பேசினார். 'கம்யூனிஸ்ட் கட்சியை காங்கிரஸ் அடக்கப் பார்க்கிறது. ஆதலால்தான் இந்த அடாத காரியங்களெல்லாம் செய்கிறார்கள்". பெண்களுக்கிடையேயும் வர்க்க உணர்ச்சி பரவி வருவதைத் தான் இது காட்டுகிறது.

இன்னொரு நாள் காலையில், தோழருடைய மைத்துனர் நான் தங்கியிருந்த வீட்டிற்கு வந்தார். அவர் மில்லில் வேலைசெய்யும் தொழிலாளி. காங்கிரஸ் அபிமானி. தோழருக்கும், அவருடைய மைத்துனருக்கிடையே வாக்கு வாதம் எழுந்தது. ஒருவர் மற்றவர் கட்சியை வைவதும் மற்றவர் இவருடைய கட்சியை வைவதுமாக இருவரும் இருந்தார்கள். இருவரும் தத்தம் கொள்கைகளைத் தெளிவாக எடுத்துரைக்க முடியவில்லை. நான் தலையிடலாம் என ஒரு கணம் நினைத்தேன். ஆனால், அப்படிச் செய்திருந்தால் என் வேஷம் கலைந்து பாதுகாப்புக்கு பங்கம் ஏற்பட்டுவிடலாம் என எண்ணி மறுகணம் வாய்மூடி மௌனியானேன். இந்த சமயத்தில் எனக்குச் செய்தி கொண்டுவருபவரும் வந்துசேர்ந்தார். இது காங்கிரஸ் தொழிலாளியின் மனதில் சந்தேகங்களை எழச்செய்திருக்கும். எனவே, அன்று மத்தியானமே, நான் மற்றோரிடத்திற்குச் சென்றேன். அங்கு 16 மணி நேரம்தான் தங்கினேன். அதன் பின்னர் நான் நகரைவிட்டே வெளியேறிவிட்டேன்.'

புரட்சி வணக்கம்,
சுந்தரராஜ்.

நான்காவது கடிதம்

8–3–47

பிரியமிக்க சாகர்,

எனது முந்திய கடிதத்தில் மதுரை அனுபவங்களைப் பற்றிச் சொன்னேன். இதில் இன்னும் சிலவற்றைக் காண்போம்.

5ம் தேதி மாலை விவசாய மகாநாட்டிற்குச் செல்லுவதெனத் தீர்மானித்தேன். எனவே, 5ம் தேதி காலையே மதுரையைவிட்டுப் புறப்பட்டு, பாளையம் செல்லும் வழியிலிருந்த ஒரு கிராமத்தில் தங்கினேன். நமது தோழர்களுக்காக, காலையும் மாலையும் தினம் தவறாது, இக்கிராமத்தை சல்லடை போட்டு சலித்து வந்தது போலீஸ் கூட்டம். நான் ஒரு தொழிலாளத் தோழரின் வீட்டில் தங்கியிருந்தேன். வீட்டில் மற்றெல்லோருமே சிறந்த அனுதாபிகள். எனக்கு நல்ல உணவு அளித்து, போஷித்தார்கள். மாமிசம்கூட கிடைத்தது. ஆனால் ஒரே ஒரு கஷ்டம், ஒன்றிற்கு இருக்கக்கூட அங்கு வசதியில்லை. ஒரு நண்பர் சாயங்காலம் 6-30க்குச் செல்லும் எக்ஸ்பிரஸ் பஸ்ஸில் இடம் பிடித்துக் கொடுப்பதாகச் சொன்னார். நான் கிராமத்தைவிட்டு வெளியே போய் பஸ்ஸிற்காகக் காத்துக் கொண்டிருந்தேன். பஸ் போய்விட்டது. நண்பரைக் கண்ணிலும் காணோம். ஆதலால் பகலில் தங்கியிருந்த வீட்டையே மீண்டும் வந்தடைந்தேன் எனக்கு ஆத்திரம் பொறுக்க முடியவில்லை. ஏனெனில், எனது திட்டங்கள் பாழாகிவிட்டன. நண்பர் உறுதியளிப்பதற்கு முன், நான் பிரயாணத்தைப்பற்றிச் சொந்தமாக சில திட்டங்களை வகுத்திருந்தேன். நண்பரின்

வாக்குறுதியின் பேரில் என் சொந்த திட்டங்களை காற்றில் பறக்க விட்டுவிட்டேன். மண் குதிரையை நம்பி ஆற்றில் இறங்கிய கதையாக முடிந்தது.

மறுபடியும் என் சொந்த ஏற்பாடுகளை 6-ம் தேதி காலையில் செய்து கொண்டேன். பஸ்ஸில் பிரயாணம் செய்யும்பொழுது, நான் ஒரு அபாயப் பிரதேசத்தைக் கடந்து செல்ல வேண்டியதாயிற்று. பஸ்ஸிலேயே ஒரு சி.ஐ.டி. பின் தொடர்ந்து வருவதாகச் சந்தேகித்தேன். நான் பாளையத்திற்கு டிக்கெட் வாங்கியிருந்தாலும், 22 மைல்களுக்கு இந்தப் புறமே இறங்கிவிட்டேன். அங்கே எனக்காக பாளையம் தோழர் ஒருவர் காத்துக் கொண்டிருந்தார். என்னுடன் மதுரையிலிருந்து கூட வந்த தோழர், என் பை முதலிய சாமான்களுடனும், கடிதத்துடனும் நேராகப் பாளையம் சென்றுவிட்டார். அபாயப் பிரதேசத்தைக் கடந்து, சின்னமனூரில் இறங்கி, பாளையத்திற்கு நடந்து செல்ல வேண்டுமென்பது பூர்வாங்க திட்டம்.

எனக்கு முன்னால் கடிதத்துடன் பஸ்ஸில் சென்ற தோழர் பாளையம் சேர்ந்து கடிதத்தைச் சேர்ப்பித்தார். உடனே ஒரு தோழர் பழ வகைகளுடன் சின்னமனூரை நோக்கி வெகுவேகமாக வந்து கொண்டிருந்தார். அதே சமயம், நானும் எனக்காக 22 மைல்களுக்கப்புறமே காத்துநின்ற பாளையம் தோழரும் ஒரு கிராமத்தை நோக்கிச் சென்றுகொண்டிருந்தோம்.

பதினான்கு மைல்கள் கொடிய வெயிலில், கடும்பசியுடன் நான் நடந்து சென்றேன். வழியில் கிராமங்களில் சாப்பிடக்கூடிய வஸ்துக்கள் ஒன்றுமே கிடைக்கவில்லை. நாங்கள் குறித்த இடத்திற்கு மத்தியானம் 12-30க்குச் சென்றடைந்தோம். ஒரு தோழரின் அன்பான முதிய தாயார் இளநீரும், வாழைப் பழங்களும் மிகவும் பிரியமுடன் கொடுத்தார்கள். 2 மணி நேரத்திற்குள் சாதம் சமைக்கப்பட்டது. நான் வயிறார உணவு உட்கொண்டேன். சாப்பிட்டுக் கொண்டிருந்தபொழுது, அந்தத் தாயார், என் சொந்தத் தாயார் மாதிரி அருகில் உட்கார்ந்து கொண்டு வேண்டுவன நோக்கமறிந்து அன்புடன் பரிமாறினார்.

அன்றிரவு என்னை அழைத்துச் செல்ல பாளையத்திலிருந்து ஒரு தோழர் வந்தார். நாங்கள் என்னுடைய பதுங்குமிடத்தை அடைய 8 மைல்கள் நடக்க வேண்டியிருந்தது. என்னை அழைத்துச் செல்ல பாளையத்திலிருந்து வந்த தோழர் எனனை பாளையத்தில் விருந்தாளியாக ஏற்றுக்கொள்ளப் போகும் தோழரின் சகோதரரேயாவார். தென்னை, மா முதலிய பலவித விருட்சங்களடங்கிய ஒரு அழகிய தோட்டத்தின் நடுவில் நான் தங்குவதற்கு ஏற்பாடு செய்யப்பட்டிருந்தது. வேளை தவறாமல் தினம் மூன்று வேளையும் நல்ல உணவு எனக்குக் கிடைத்தது. அங்கிருந்த எல்லா முக்கிய தோழர்களுடனும் கலந்து, மகாநாட்டிற்கு வேண்டிய எல்லா திட்டங்களையும் வகுத்தேன். மணலி என்னுடன் 8ம் தேதி கலந்து கொண்டார். இரவும், பகலும் உட்கார்ந்து வருடாந்திர அறிக்கையையும், தீர்மானங்களையும் நாங்களிருவரும் தயாரிக்க வேண்டியிருந்தது. உணமையாக 8ம் தேதி இரவு முழுவதையும் ஒரு கணம்கூட கண் மூடாமல் வேலை செய்துங்கூட எங்கள் வேலை 9–ம் தேதி காலை 6–30 மணிக்குத்தான் முடிவடைந்தது.

9ம் தேதி பிரதிநிதிகளின் கூட்டம் நடந்துகொண்டிருக்கிறது. தமிழ்நாட்டின் பல்வேறு பகுதிகளிலிருந்தும் வந்து குவிந்த விவசாயிகளின் பிரதிநிதிகள் 250 பேர் எங்களுக்கு வெகு அருகாமையிலேயே தங்கள் கூட்டத்தை நடத்திக்கொண்டிருக்கின்றனர். தோழர் பங்கிம் முக்கர்ஜி வந்துவிட்டார். தோழர் பூவராகனும் அங்கிருக்கிறார்.

பெரும் அளவிற்கு தமிழ்நாட்டில் கிஸான் இயக்கத்தைக் கட்டிவளர்த்தவர்கள் நாங்களிருவருந்தான். ஆனால் எங்களுக்கு மிகவும் சமீபத்தில் அந்தப் போராடும் விவசாயிகளின் பெரும் மகாநாடு நடந்துகொண்டிருக்கிறது. அதைக் காணவோ அல்லது கலந்துகொள்ளவோ எங்களால் முடியவில்லை. இதை நினைக்க நினைக்க, எங்கள் உணர்ச்சிப் பெருக்கு பெருவெள்ளமாக ஓடியது. ஆத்திரம் கலந்த தவிப்பு ஒவ்வொரு நரம்பின் அணுவையும் ஆட்டி அசைத்தது.

எங்கள் உள்ளத் துடிப்பை உள்ள படி சொல்ல வார்த்தைகளே இல்லை. தண்ணீரிலிருந்து எடுத்து தரையில் போடப்பட்ட மீன்போலத் தவித்துக் கொண்டிருந்தோம்.

9, 10–இந்த இரு தேதிகளில், என் எண்ணமெல்லாம் மகாநாட்டுப் பந்தலிலேயே குவிந்து கிடந்தது. அங்கு நடந்த எல்லா விபரங்களையும், ஒன்றுவிடாமல் கேட்க ஏதாவது போன் மூலம் ஏற்பாடு செய்ய முடியுமானால், அப்படிக்கூட செய்திருக்கலாம். ஆனால் அது சாத்தியமாகவில்லை. நல்ல உணவும், குளிர்ந்த மரநிழலும்தான் எனக்குக் கிடைத்தவை. எனக்கு பசிக்கவேயில்லை எனது உடல் மாந்தோப்பில் இருந்தபோதிலும் என் உயிர் பூராவும் மகாநாட்டில்தான் இருந்தது.

ஒன்பதாம் தேதி இரவு வெகு நேரத்திற்குப் பிறகு ஒரு தோழர் எங்களிடம் வந்து பகலில் என்னென்ன நடந்தது என்பதைப்பற்றி விபரமாகக் கூறினார். மறு நாள் காலை, பாளையத்தை நோக்கி, கிசான் சபாவின் ஸ்லோகங்களை கோஷித்துக்கொண்டு வெகு விரைவாக சென்று கொண்டிருந்த 30, 40 விவசாய இளைஞர்களின் அணிவகுப்பை எட்ட நின்று பார்க்கமுடிந்தது. இதைப் பார்க்கப் பார்க்க எங்கள் ஆனந்த வெள்ளம் பெருக்கெடுத் தோடியது! நாங்கள் அப்பொழுதிருந்த ஆனந்த நிலையை நீ ஊகித்துப் பார்க்கக்கூட முடியாது. உன் கற்பனையிலும் எட்டாது.

இரவு 9–30 மணிக்கு உணவுடன் பையன் வந்தான். அவனுக்கு வயது 12 இருக்கும். அவன் நமது தோழரின் (எங்களுக்கு விருந்தளிப்பவரின்) வீட்டில் வேலை செய்யும் சிறுவன். அவன் நல்ல புத்திசாலி. மிகவும் அன்பானவன். தன் சட்டையில் அழகாக ஒரு சிறு செங்கொடியைக் குத்தியிருந்தான். அவனுடன் நாங்கள் மகாநாட்டு விஷயங்களைப்பற்றிப் பேச ஆரம்பித்தோம்.

அந்தக்கொடி என்னவென்று நான் அவனிடம் கேட் டேன். இந்தக் கொடி "சம்சாரிச் சங்கத்"தின் கொடி என அச்சிறுவன் பதிலளித்தான்.

மணலி : அது எதற்காக?

சிறுவன் : இன்னிக்கி எங்க மகாநாடு நடந்துக்கிட்டு இருக்குதுங்க. சம்சாரிகளுக்கு விளைஞ்சதிலே 2/3 பகுதி கொடுத்துப்புடணுமின்னிட்டு தீர்மானங்கள் நிறைவேத்திருக்கோம்.

மணலி : உங்களுக்கு எப்படி 2/3 பங்கு கிடைக்க முடியும்? மிராசுதார்கள் எப்படி உங்களுக்குக் கொடுப்பார்கள்?

சிறுவன் : அவங்க கொடுக்கல்லையன்னா, நாங்க வேலைக்குப் போகப்போறதில்லைங்க.

மணலி : வேலைக்குப் போகவில்லையானால், நீங்கள் பட்டினி கிடக்கவேண்டும்.

சிறுவன் : நாங்க வேலை செய்யல்லைன்னா மிராசுதார்களுக்குத்தான் எப்படி சோறு கிடைக்கும். நாங்க வேலை செய்கிறோம். மிராசுதார்கள் கையைக் கட்டிக்கிட்டு சும்மா குந்திக்கிட்டு சோம்பேறிகளாயிருக்காங்க. எங்களுக்கு அதிகப் பங்கு கிடைக்கணுமுங்க.

தன் எஜமானரின் விருந்தினர் என நினைத்து, அச்சிறுவன் மிகவும் தாராளமாக எங்களுடன் பேசவில்லை. எங்கே நாங்கள் அவன் எஜமானரிடம் அவனைப்பற்றி ஏதாவது சொல்லிவிடுகிறோமோ என்ற பயம். நாங்கள் யார் என அவனுக்குத் தெரியாது. ஆதலால் நான் அவனை ஒவ்வொரு கட்டத்திலும், உற்சாகப்படுத்திக் கொண்டேயிருந்தேன்.

மணலி : நிலம் எங்களுடையது. உங்களுக்குச் சாப்பாடு வேண்டுமென்றால் நீங்களே வேலை செய்யவேண்டும். எங்களை அப்படியிருக்கணும், இப்படி யிருக்கணும் எனக்கூறி சர்வாதிகாரம் செய்ய உங்களால் முடியாது.

சிறுவன் : நீங்களுந்தான் எங்ககிட்ட அதிகாரத்தைச் செய்யமுடியாதுங்க. எங்களுக்கு ஞாயம்தான் வேணும்.

மணலி : நீங்கள் மிராசுதார்களுக்கு விரோதமாக போனீர்களானால், அவர்கள் போலீஸைக் கொண்டுவருவார்கள். போலீஸ் உங்களை அடியடியென அடித்து ஜெயிலுக்குப் பிடித்துக்கொண்டு போவார்கள்.

சிறுவன் : (நன்றாக சிரித்துக்கொண்டே) நீங்க பாளையத்துக்கு வந்து பாருங்க, எத்தனை சம்சாரி வந்திருக்காங்கன்னு. பாளையம் ஊரு இதுக்கு முந்தி இம்புட்டு பெரிய கூட்டத்தையே பார்த்ததில்லைங்க. ஆயிரமாயிரமா கூட்டமிருக்கு. உங்க குட்டிப் போலீஸாலே என்ன செய்ய முடியுமுங்க. போலீஸ்காரங்ககூட ஏழை மனுஷங்க மகனுங்க தானுங்க. அவுங்ககூட நம்மகூட சேந்துக்குவாங்க.

நான் சிறுவனை உற்சாக மூட்டினேன். "ஒரு மிராசுதாராக இருந்தாலுங்கூட, நான் என் குடியானவர்கள் பக்கந்தான் சேர்ந்திருப்பேன். ஏனெனில் அவர்கள் எல்லோரும் ஒன்று சேர்ந்துகொண்டு எல்லா மிராசுதார்களையும் தீர்த்துக்கட்டிவிட்டால் என்ன செய்வது" என நான் அவனிடம் கூறினேன். சிறுவனின் விவாதத்தில் இருக்க இருக்கக் காரம் அதிகமாகிக் கொண்டே வந்தது. அவன் தன் துக்ககரமான சொந்தக் கதையையே சொல்ல வாரம்பித்தான். "எனக்கு ஒரு தாயாரும், இரண்டு சகோதரிகளும் இருக்கிறார்கள். அவர்கள் எல்லோரும் ஏலக்காய் தோட்டத்தில் கூலி வேலை செய்கிறார்கள். வேலை செய்தும் வயிறாரச் சாப்பிட சோறுகிடையாது. இந்த மிராசுதார்கள் எல்லோரும் எங்களை சுரண்டுகிறார்கள். ஏமாற்றுகிறார்கள். மோசம் செய்கிறார்கள்."

இந்த உணர்ச்சிகரமான விஷயங்களை நாங்கள் அச்சிறுவனிடமிருந்து தெரிந்து கொண்டதில் மிகவும் ஆனந்தப்பட்டோம். எளிய மக்களிடமும் உள்ள இந்த

உணர்ச்சிதான், எதிர்காலத்தில் உள்ள நம் நம்பிக்கையைப் பிரகாசமடையச் செய்கிறது. உயிரைக் கொடுத்தும் வேலைசெய்ய உற்சாக மூட்டுகிறது.

தினந்தோறும் அச்சிறுவன் உணவு கொண்டுவரும் பொழுதெல்லாம், நாங்கள் அவனுடன் சம்பாஷணையைத் தொடர்ந்து நடத்துவோம். மணலி கல்நெஞ்சம் படைத்த மிராசுதாராக நடிப்பார். நான் அனுதாபமுள்ள மிராசுதாராக வேஷம் போடுவேன். மணலிமேல் அவனுக்கு மிகவும் கோபம். அவன் இஷ்டப்பிரகாரம் விட்டிருந்தால் அவரைப் பட்டினி போட்டிருப்பான். என்மேல் அவனுக்குப் பிரியம் இருக்கத்தான் செய்தது.

பத்தாம் தேதி மாலை நான் என் தங்குமிடத்திற்கு வெளியே உட்கார்ந்துகொண்டிருந்தேன். ஒரு விவசாயி வந்து என் முன்னால் நின்றார். என்னை முன்பின் அவருக்குத் தெரியாது என எண்ணினேன். ஆதலால் எனக்கும் கிசான் சபைக்கும் எவ்வித தொடர்புமில்லாத தோரணையில் அவருடன் பேச்சுக்கொடுத்தேன். நான் முதலில் அவருக்கு எவ்வளவு நிலமிருக்கிறது, குடும்பம் எப்படி முதலிய விஷயங்களைப்பற்றி விசாரித்தேன். தனக்குச் சொந்தமாக ஊசி குத்தக்கூட நிலமில்லை எனவும், தான் குத்தகைக்கு நிலம்பிடித்து உழும் ஓர் விவசாயத் தொழிலாளியெனவும் கூறினார். "செங்கொடிச் சங்கம் எங்களுக்காக எவ்வளவோ சேவை செய்திருக்கிறது. அது சரியான மரக்காலால்தான் நெல் அளக்க வேண்டுமெனப் போராடியது. வெற்றிகண்டது. இது எங்களுக்கு மாபெரும் வெற்றி. இதற்குமுன்பு நாங்கள் கொடுக்கவேண்டிய நெல்லை மிராசுதார்கள் பெரிய மரக் காலைப்போட்டு அளந்து வாங்கியதனால் 7 கலங்களுக்கு ஒரு கலம் நஷ்டமாகி வந்தது. ஒவ்வொரு 6 கலங்களுக்கும் உபரியாக ஒரு கலம் கொட்டி அழவேண்டியிருந்தது. இப்பொழுது சங்கம் சரிவாரத்திற்காகப் போராடிக் கொண்டிருக்கிறது. சங்கம் இதிலும் ஜெயித்தால் எங்கள் நிலைமை ஒரு சிறிது சௌகரியமாகும்,' என பெருமிதத்துடன் தன் சங்கத்தைப்பற்றிக் கூறினார்.

"மகாநாட்டிற்குப் போயிருந்தீர்களா?" என நான் கேட்டேன். தான் மகாநாட்டிற்குச் சென்றதாயும், அதன்

செலவுகளுக்கு எட்டு ரூபாய் நன்கொடையாக அளித்ததாகவும் கூறினார். "எந்த ஸ்தாபனமும் இந்த ரீதியில் ஏழை எளிய மக்களிடமிருந்து பணம் வசூல் செய்து இவ்வளவு பிரம்மாண்டமான ஒரு மகாநாட்டை இதுவரை நடத்தியதே இல்லை என மிகவும் பெருமையுடன் கூறினார்.

"செங்கொடிச் சங்கத்தால்தான் இது முடியும் என அவர் கூறியதற்குக் காரணம் என்ன என நான் கேட்டேன். "ஏழை மக்களுக்காகப் போராடுவது இது ஒன்று தான்" என அவர் பதில் கூறினார்.

நான் போவதற்கு முன், எனக்கு விருந்தளிக்க வேண்டுமென நினைப்பதாக அவர் கூறினார். எனக்கு விருந்தளிப்பது அவ்வளவு அவசியமில்லையென வினயமாகப் பதில் சொன்னேன். 'நீங்கள் உங்கள் ஸ்தாபனத்தைப் பலப்படுத்துங்கள். உங்கள் கோரிக்கைகளுக்காகப் போராடுங்கள். உங்கள் சுகவாழ்விற்காகப் போராடுங்கள். இதை நீங்கள் செய்தாலே எனக்கு மிகவும் திருப்திகரமாக, இருதயபூர்வமாக விருந்தளித்ததற்குச் சமானம்' எனவும் கூறினேன்.

அதற்கு மறுநாள் மணலி என்னை விட்டுப் பிரிந்து சென்றுவிட்டார். நானும் எனக்கு இடமளிக்கும் தோழரின் வீட்டிற்கே சென்றுவிட்டேன்.

புரட்சி வாழ்த்துகள்

சுந்தரராஜ்.

ஐந்தாவது கடிதம்

17-3-47

அன்புமிக்க சாகர்,

நான் எனது முந்திய கடிதத்தில் பாளையத்தில் நடந்த விஷயங்களைப்பற்றி எழுதியிருந்தேன். நான் எப்படி அங்கிருந்து திரும்பி வந்தேன் என்பதைப்பற்றி இக்கடிதத்தில் காண்போம்.

மணலி 12ம் தேதியே சென்றுவிட்டார். நான் 13ம் தேதி புறப்பட வேண்டுமென்பது திட்டம். அன்றிரவு எனது பிரயாணத்திற்காக ஒரு லாரியை ஏற்பாடு செய்ய நினைத்திருந்தோம். ஆதலால் பகலில் எனது எல்லா வேலைகளையும் முடித்துக்கொண்டு, இரவை எதிர்நோக்கிக் காத்துக் கொண்டிருந்தேன். ஆனால் இரவு 10-30 மணிக்கு, லாரி கிடைக்கவில்லை எனவும், நான் மறுநாள் காலை 18 மைல்களுக்கு அப்பால் உள்ள ஒரு இடத்திற்கு நடக்க வேண்டுமெனவும் தகவல் கிடைத்தது. பட்டப் பகலில் நடந்து போவது எதற்கு? பஸ்ஸில் கூடப்போகலாம் என நான் எண்ணினேன். ஆனால் பின்னர் சைக்கிளில் பிரயாணத்தைத் தொடங்குவது எனத் தீர்மானித்தோம். நானும், மற்றொரு தோழரும் சைக்கிளில் கிளம்பினோம்.

சைக்கிள் படுமோசமான நிலைமையில் இருந்தது. ஒரு கிராம சைக்கிள் ஷாப்பில் இதைக்காட்டிலும் நல்ல சைக்கிள் எப்படிக் கிடைக்கும்? சின்னமனூர் வந்து சேருவதற்குள் எங்களுக்குப் போதும் போதுமென்றாகிவிட்டது. சைக்கிளில்

பிரயாணத்தைத் தொடர்ந்து நடத்தும் எண்ணத்தைக் கைவிட்டு விட்டோம்.

அங்கே ஒரு லாரி நின்று கொண்டிருந்தது. அதிர்ஷ்டவசமாக என்னுடன் வரும் தோழருக்குத் தெரிந்தவர் தான் அந்த டிரைவரும். ஆதலால், லாரி எங்கே போகிறது என விசாரித்தோம். லாரி உசிலம்பட்டிக்குப் போகிறது எனவும் 2-30 மணிக்குப் புறப்படும் எனவும் தெரிந்து கொண்டோம். அப்பொழுது மணி 12 தான். 2-30 வரையிலும் தனியாக, ஒரு சந்தையில் உட்கார்ந்து கொண்டேன். நம் தேசத்தின் தந்தை சொல்லிக் கொடுத்த ஸ்வராஜ்ய மந்திரம் – 'ராம்கான்' பாடுவதைத் தவிர வேறு வழியில்லை.

2-30-க்கு நாங்கள் புறப்பட்டோம். ஒரு முட்டாள் தனமான தவறு செய்தோம். சுலபமாக உசிலம்பட்டிக்கே சென்றிருக்கலாம். இன்னொரு தோழரைச் சந்திப்பதற்காக, நாங்கள் நடுவழியிலேயே இறங்கிக் கொண்டோம். ஆனால் அத்தோழரைக் காணமுடியவில்லை. ஆதலால் மறுநாள் காலை, மதுரைக்குச் செல்ல பஸ்ஸில் டிக்கெட் வாங்கலாம் என நான் நினைத்தபொழுது; சில சி.ஐ.டி.க்காரர்கள் மோப்பம் பிடித்து அலைகின்றனர் என என்னுடன் வரும் தோழர் அறிவித்தார். உடனே அவ்விடத்தைவிட்டு மூன்று மைல் தூரம் நடந்தோம். அங்கிருந்து உசிலம்பட்டிக்கு பஸ்ஸில் சென்றோம். மதுரைக்குப் போவதற்காக, அங்கு நான் மத்தியானம் 12 மணி வரையிலும் காத்திருக்கும்படி நேரிட்டது.

நான் முந்தின இரவே லாரியில் வருவதாக அறிவித்து, மதுரைக்கு இந்தப் பக்கமே என்னைச் சந்திக்க ஒரு தோழரை ஏற்பாடு செய்திருந்தேன். அவர் காலையில் 10 மணி வரையிலும் காத்திருந்தார். நான் மறுபடியும் இராத்திரிதான் வருவேன் என நினைத்துக் கொண்டு சென்றுவிட்டார். அந்தக் கிராமத்திற்கு மத்தியானம் 1 மணிக்கு வந்திறங்கினேன். எனக்கு வேறு பதுங்குமிடம் இல்லாததால், பக்கத்தில் இருந்த ஒரு தென்னந் தோப்பில் தங்கினேன். அருகில் ஓடிக்கொண்டிருந்த நதியில் உடலை நனைத்துக் கொண்டேன். அன்று மாலை கொஞ்சம் உணவும், பழங்களும் ஒரு கிராமத் தோழர் மூலம்

கிடைத்தன. நான் அத்தோட்டத்திலேயே இரவு பத்துமணி வரையிலும் இருந்துவிட்டு, ரயில்வே ஸ்டேஷனை நோக்கி நடந்தேன். ஸ்டேஷனில், என் பதுங்குமிடத்திற்கு ஏற்பாடு செய்யும் தோழரைச் சந்தித்தேன். அவர் எனக்கு நல்ல பால் வாங்கிக் கொடுத்தார். நான் திருச்சிக்குப் புறப்பட்டேன்.

திருச்சியில் நான் ஒரு அழகிய தோட்டத்தில் தங்கினேன். எனக்கு இடமளித்தவர் ஒரு திராவிடகழக அனுதாபி. நாள்தோறும் மூன்று வேளைகளும் நல்ல உணவளித்தார். நான் இங்கு தங்குவது இதுதான் முதல் தடவையல்ல. இதற்கு முன்னும் இரண்டு, மூன்று தடவை இங்கு தங்கியதுண்டு. எல்லா முக்கிய தோழர்களையும் என்னை விருந்தாளியாக ஏற்றுக்கொண்ட அந்த நண்பருக்குத் தெரியும். அவருக்கு நம் கட்சியைப் பற்றியோ, அதன் கொள்கைகளைப்பற்றியோ ஒன்றும் அதிகம் தெரியாது. இருப்பினும் நம்மேல் மட்டற்ற மரியாதை அவருக்குண்டு.

புரட்சி வாழ்த்துகள்

சுந்தரராஜ்

ஆறாவது கடிதம்

22-3-47

பிரியமிக்க சாகர்,

நான் திருச்சியைவிட்டு 17ம் தேதி புறப்பட்டேன். கவர்னரின் இடத்தை 18ம் தேதி சென்றடைந்தேன். அ.இ.தொ.ச. காங்கிரஸ் தினக் கொண்டாட்டங்களுக்காக கடலூர் சென்றுகொண்டிருந்த கைத்தறி நெசவாளித் தோழர்களை ரயிலில் பார்த்தேன்.

ரயில் பிரயாணத்தின்போது, நான் இருந்த வண்டிக்குள் ஒரு டாக்டர் ஒரு சின்ன ஸ்டேஷனிலிருந்து ஏறினார். கீழ்வரும் சம்பாஷணை அவருக்கும் வண்டியிலிருந்த ஒரு எப்.எஸ்.ஓ.வுக்கும் (பிர்க்கா சப்ளை ஆபீஸர்) நடந்தது:

எப்.எஸ்.ஓ. : டாக்டர்.சார், உங்கள் பணத்தை எங்கே போடுகிறீர்கள்? நிலத்தில் மாத்திரம் போடா தீர்கள். கம்யூனிஸ்டுகள் கிஸான்சபைகள் அமைத்துக் கொண்டு, வரியைக் குறைக்கவேண்டுமெனவும், சரிவாரம் கேட்டும் மிராசுதார்களின் வாழ்க்கையை நரகமாக்கி வருகிறார்கள்.

டாக்டர் : அதெல்லாம் ஒன்றுமில்லை. இப்பொழுது காங்கிரஸ் அதிகாரத்திலிருக்கிறது. அவர்கள் இந்த நடவடிக்கைகளையெல்லாம் அடக்கி ஒடுக்கிவிடுவார்கள். ஆதலால் இவர்களைப் பார்த்து நீங்கள் பயப்படவேண்டியதில்லை.

எப்.எஸ்.ஓ. : காங்கிரசும் ஜனங்களின் மேலேதான் ஆதாரப்பட்டிருக்கிறது. அது என்றென்றைக்கும்

மக்களை அடக்கி ஒடுக்கிக்கொண்டே இருக்க முடியாது. போதாக்குறைக்கு ஒன்றிரண்டு காங்கிரஸ்காரர்களும் இந்த நடவடிக்கைகளில் சேர்ந்திருக்கிறார்கள். ஆதலால் சர்க்கார் ஒரு ஒப்பந்தத்திற்கு வந்து ஒரு சட்டம் நிறை வேற்றும்படி நிர்ப்பந்திக்கப்படும்.

டாக்டர் : பின், பணத்தைப் போட நல்ல இடம் எது? உங்களுக்கு எது சிறந்ததாகப் படுகிறது?

எப்.எஸ்.ஓ.: நகரத்தில் சில வீடுகளைக் கட்டுங்கள். உங்களுக்கு மாதந்தோறும் வாடகை கிடைக்கும்.

இந்தக் கட்டத்தில் ஒரு கைநெசவுத் தொழிலாளி குறுக்கிட்டு "இதுகூட பிரயோஜனமில்லை. பாருங்கள் லண்டனில் என்ன நடக்கிறதென்று? எனக்கூறினார்.

எப்.எஸ்.ஓ.: என்ன நடக்கிறது?

கை.த.நெ. : பெரும் பெரும் உல்லாச மாளிகை களிலெல்லாம் தங்குவதற்கு இடமில்லாத ஏழை, எளிய மக்களை அழைத்துச்சென்று அங்கே வசிக்கும்படி அந்தக் கம்யூனிஸ்டுகள் கூறுகிறார்கள். மதராஸில் கூட இம்மாதிரியான இயக்கத்தைக் கம்யூனிஸ்டுகள் நடத்தப்போவதாக நான் கேள்விப்பட்டேன். எந்தச் சுரண்டுபவனும், தன் பணத்துடன் எங்கும் பத்திரமாக இருக்கமுடியாது.

எப்.எஸ்.ஓ. : நீ ஒரு கம்யூனிஸ்டா?

கை.த.நெ. : நான் கம்யூனிஸ்டில்லை. கம்யூனிஸ்டுகள் என்ன சொல்லுகிறார்களோ அதைத்தான் நான் சொன்னேன். நான் அவர்களுடைய கூட்டங்களுக்கு அநேக தடவைகள் சென்றிருக்கிறேன்.

டாக்டர் கை.த.நெ.யைப்பார்த்து :

நீ சொல்லுகிறாய் நாங்கள் சுரண்டுகிறோம் என்று. நான் ஒரு டாக்டர். நான் யாரையும்

சுரண்டுவதில்லை. நானும் உழைத்துத்தான் ஊதியம் பெறுகிறேன்.

கைத.நெ.: "ஆஹா! என்ன உழைப்பு சார்? ஒரு பெறுமான மருந்தில், தண்ணீரைக் கலந்து, பாவம் ஏழை, எளிய நோயாளிகளிடம் எட்டு அணா பணத்தைப் பறிக்கிறீர்கள். மருந்தில் தண்ணீரைக் கலக்கும் அந்தக் கடினமான வேலைக்கு? அணா கூலி வேண்டியதுதான் எனக் கேலியாகச் சிரித்துக்கொண்டே கூறினார். மேலும் தொடங்கினார். "நீங்கள் இம்மாதிரிப் பணத் தைக் கொள்ளையடிக்கிறீர்கள். பிறகு நிலத்தை வாங்கி விவசாயிகளைச் சுரண்டுகிறீர்கள். தொழிற்சாலைகளில் மூலதனம் போட்டு தொழிலாளரின் உயிரை உறிஞ்சுகிறீர்கள். நகரங்களில் வீடுகள் கட்டி, அங்குள்ள ஏழை மக்களின் எலும்பு முறிய வாடகை வாங்குகிறீர்கள். இதைத்தான் கம்யூனிஸ்டுகள் ஆக்ஷேபிக்கிறார்கள். அவர்கள்தான் உண்மையானவர்கள், யதார்த்தவாதிகள் என நான் எண்ணுகிறேன். அவர்கள்தான் வெற்றியுறுவார்கள்."

எப்.எஸ்.ஓ.: கம்யூனிஸ்டுகளின் கூட்டங்களுக்கு அடிக்கடி சென்று, நீ எல்லா விபரங்களும் தெரிந்து கொண்டாய்.

அந்தக் கைத்தறி நெசவாளித் தோழரிடமிருந்து சுடச்சுட பதில் கிடைத்ததும், பிர்க்கா சப்ளை ஆபீசரும் டாக்டரும் திணறிப் போனார்கள். பிறகு சம்பாஷணை வேறு விஷயங்களுக்குத் தாவிச் சென்றுவிட்டது.

எதிர்காலம் நமக்குத்தான். சுரண்டப்படும் மக்கள் தங்கள் உரிமைகளுக்காகப் போராட எழுந்துவிட்டார்கள். அவர்களை ஏமாற்றிச் சுரண்டிப் பிழைக்கும் கும்பல் நடுநடுங்கி திணறிச் சாகும் என்பதற்கு இது மற்றொரு எடுத்துக்காட்டு.

எப்படி மத்தியதர வர்க்கம் நம்மைப் புரிந்துகொள்ளுவதில் தவறு செய்கிறது என்பதையும் நாம் இதன் மூலம்

பி. ஸ்ரீநிவாச ராவ் ⊙ 45

தெரிந்துகொள்ளலாம். நாம் அவர்களை நன்கு அணுகி, நம் கொள்கைகளை எடுத்து விளக்கி, அவர்களுக்கு நம்மேல் உள்ள பயத்தைப் போக்கவேண்டும். அவர்கள் தம் அறியாமையினால்தான் சோஷலிஸத்தையும், கம்யூனிஸத்தையும் வெறுக்கிறார்கள்.

நான் 18ம் தேதி கடலூர் வந்து சேர்ந்தேன். அன்று அ.இ. தொழிற்சங்க காங்கிரஸ் தினம். பஸ்கள் ஓடவில்லை. "கவர்னரின் இடத்திற்குச்" செல்ல ஜட்காக்கள்கூட கிடையாது. ஆதலால் பல மைல்கள் பொசுக்கும் வெய்யலில் நடந்து அந்த இடத்தை அடைந்தேன். அங்கு ஒரு வாசகசாலைக்குள் நுழைந்தேன்.

வாசகசாலையில் யாரும் என்னை அடையாளம் கண்டு கொள்ள முடியவில்லை. என்னை அநேகம் தடவைகள் அவர்கள் இதற்கு முன்பே பார்த்தவர்கள்தான். நான் யார் என்று அவர்களிடம் சொன்னவுடன் அவர்கள் ஆச்சரியத்தால் பிரமித்து நின்றார்கள்.

நான் ஒரு கைத்தறி நெசவாளியின் வீட்டில் அன்றிரவு தங்க ஏற்பாடு செய்யப்பட்டது. மற்றொரு வீட்டிலிருந்து ஒரு கட்டிலை அத்தொழிலாளித் தோழர் கொண்டுவந்தார். இரவு சௌகரியமாகக் கழிந்தது. மறுநாள் காலை எனக்கு ஒரு டஜன் இட்டிலிகள் கொண்டு வந்தார்கள். ஆனால் என்னால் நான்கிற்குமேல் சாப்பிட முடியவில்லை.

அதற்குப்பின் எனது ஜாகை, ஒரு பெரிய அரண்மனை போன்ற மாளிகைக்கு மாற்றப்பட்டது. அது வருடத்தில் 8 மாதங்கள் காலியாகத்தானிருக்கும். ஒரு பெரிய கள்ளமார்க்கெட்டுத் திமிங்கிலத்திற்கு அது சொந்தமானது. ஆனால் அது காலியாக இருக்கும் நாட்களில், அதைக் கவனித்துக்கொள்ளும் வேலைக்காரர் நம்தோழர்களில் ஒருவர். எனக்கு நல்ல உணவு நெசவாளித் தோழரின் வீட்டிலிருந்து வந்துகொண்டிருந்தது.

தன் வீட்டில் தங்க முடியாமல், மற்றொரு வீட்டில் நான் தங்கியிருப்பது அவருக்குச் சிறிது மனக்கஷ்டத்தை தான் அளித்தது. இப்பொழுது அவர் ஒரு குடிசையைத்

தனிமையான ஒரு இடத்தில் நிர்மாணிக்க எண்ணுகிறார். நம்மைப்போல் வரும் தோழர்களுக்கு வசதி அளிக்கத்தானாம் அக்குடிசை. அதற்குவேண்டிய சாமான்களைக்கூடச் சேகரிக்க ஆரம்பித்துவிட்டார்.

நம் கட்சியின் மேல் தொழிலாள வர்க்கத்திற்குள்ள அசைக்கமுடியாத நம்பிக்கையையும், அன்பையும்தான் காட்டுகிறது இச்சிறு சம்பவம். ஒரு சிலர் நினைக்கிறார்கள், நம்மை அடக்கி ஒடுக்கிவிடலாமென்று. இல்லை, ஒருபொழுதும் முடியாது. மக்கள் நம்முடன் இருக்கும் வரையிலும் நமக்கு அழிவே கிடையாது.

புரட்சி வாழ்த்துகள்,

சுந்தரராஜ்.

ஏழாவது கடிதம்

1-4-47

அன்புமிக்க சாகர்,

உன்னால் தெரிந்தெடுக்கப்பட்ட என் புதிய பதுங்குமிடத்திற்கு 28ம் தேதி இரவு என் வழிகாட்டும் தோழருடன் சென்றேன். ஏற்கெனவே இரவு 10-30 மணி ஆகியிருந்ததால், என்னை விருந்தாளியாக ஏற்றுக்கொள்ளும் நண்பருடன் அதிகம் பேச அவகாசம் இல்லை. என் புரட்சி வாழ்த்துக்களை மாத்திரம் தெரிவித்துக்கொண்டேன். எனக்கு ஒரு நல்ல கட்டிலும் படுக்கையும் கிடைத்தன. அருமையான தூக்கத்திலாழ்ந்துவிட்டேன்.

மறுநாள், எனக்காக ஒரு தனி அறையை ஒதுக்கிக் கொடுத்தார் அந்த நண்பர். எல்லா மத்தியதர வர்க்க குடும்பங்களில் போலவே நல்ல காப்பி கிடைத்தது அதி காலையில். காப்பி சாப்பிட்டபின் நானும் அவரும் சம்பா ஷணையில் இறங்கினோம். அவர் மத்தியதர வர்க்கத்தைச் சேர்ந்தவர். சம்பாஷணையின்போது, நம் கட்சியின்மேல் நன்கு தெளிவற்ற ஒரு அனுதாபம்தான் அந்நண்பருக்கு இருக்கிறது என்பது எனக்குத் தெரியவந்தது. கட்சியின் கொள்கைகளின்மேல் உள்ள பற்றைக் காட்டிலும், தனிப்பட்ட கட்சி அங்கத்தினர்களின்மேல் அவருக்குள்ள பக்தி அதிகமாயிருக்கிறது. மோஹன் மேலும், என்.கே. கிருஷ்ணன் மேலும் அவருக்கு அபாரமான பிரியம் இருக்கிறது. அவர்களைப் புகழ்கிறார்: "ஆஹா! மோஹன், என்.கே.கே. போன்ற தலைசிறந்தவர்கள் எல்லாம் உங்கள்

கட்சியில் இருக்கிறார்கள் அவர்களுடைய பணக்காரக் குடும்பங்களுக்காகவும், படிப்பிற்காகவும்தான் அவர்களை வானளாவப் புகழ்கிறார். படித்த மத்தியதர வர்க்கத்தின் உண்மையான பிம்பம் அவர்.

கட்சியைக் கட்டிவளர்க்கத் தங்கள் ரத்தத்தையே ஈந்து, உயிரிழந்த சுப்பு, குப்பு போன்ற எத்தனையோ ஒப்பற்ற தியாகிகளின் சிதைவுக் குவியலின்மேல் எழுந்ததுதான் கம்யூனிஸ்ட் கட்சி, அவர்களுடைய தியாகத்தினால்தான் கம்யூனிஸ்ட் கட்சி இன்றுள்ள நிலைமையை அடைந்துள்ளது. என நான் கூறினேன்.

சம்பாஷணையின் போது அடிக்கடி அவர் "நான் கம்யூனிஸ்டு இல்லை. இருந்தாலும் அக்கக்ஷியைப் போற்றுகிறேன் எனக் கூறுவார். நம் எதிரிகளை நாம் மிகவும் தீவிர பாஷையில் தாக்குகிறோம் என அவர் குறைப்பட்டார். "சர் சி.பி. ஒரு கொடுங்கோலன்தான். அது எல்லோரும் ஒப்புக்கொள்கிறார்கள். இருந்தாலும் உங்கள் தாக்குதல்கள் மிகவும் கடுமையானவை. உங்கள் பாஷை ஈட்டிபோல் குத்தக்கூடியது' என அந்நண்பர் சொன்னார்.

இம்மாதிரி எல்லோரும் பொதுவாக எங்கள் விமர் சனத்தைப்பற்றி நினைக்கிறார்களா? எங்கள் காரசாரமான நடையை நாங்கள் தளர்த்திக்கொள்ள வேண்டுமா?" என நான் கேட்டேன். பிறகுதான் உண்மை வெளிப்பட்டது. குறைந்தபக்ஷம் படித்த மத்தியதர வர்க்கமாவது அப்படி நினைக்கிறது என்று பதில் கூறினார் அந்நண்பர்.

"கழுதையைக் கழுதை என அழைக்கும்படிதான் பொதுமக்கள் விரும்புகிறார்கள். அதுதான் அவர்களுக்குப் புரியும். ஆனால் படித்த மத்தியதர வர்க்கம், கழுதை எனும் வார்த்தையை உச்சரிக்க வெட்கப்படுகிறது. ஆதலால் அவர்கள் கழுதையை, நாலு காலுள்ள குதிரையைப் போன்றுள்ள ஒரு மிருகம் என அழைக்கிறார்கள் என நான் சொன்னேன்.

சோவியத் யூனியனில் என்ன அரசியல் சுதந்திரம் இருக்கிறது என அவர் அடுத்த விஷயத்திற்குத் தாவினார்.

சோவியத் யூனியனில் அரசியல் சுதந்திரம் இல்லை எனவும் பொருளாதார சமத்துவம் மாத்திரம் இருக்கிறதாகவும் அநேகர் கூறுகிறார்கள் என்று சொன்னார். "பொருளாதாரத் துறையில் பூரண சமத்துவம் இருந்தாலன்றி அரசியலில் ஜனநாயகம் எதிர்பார்க்க முடியாது. சோவியத் யூனியனில் மாத்திரமே நாம் எல்லா மக்களுக்கும் பொருளாதார சமத்துவத்தைக் காண்கிறோம். ஆதலால் அங்குதான் பூரண ஜனநாயகம் உண்மையாகவே தழைத்து ஓங்கிக் கொண்டிருக்கிறது. 1936ம் வருட சோவியத் யூனியனின் சட்ட அமைப்பைக் கவனியுங்கள். எவ்வளவு தெளிவாக விளக்கிக் கூறப்பட்டிருக்கிறது. தங்களால் தேர்ந்தெடுக்கப்பட்ட ஒரு பிரதிநிதி தங்களுக்கு உண்மையாக சேவை செய்யவில்லையெனில், தங்கள் நலன்களுக்காகப் பாடுபடவில்லையெனில், பொதுமக்கள் அந்தப் பிரதி நிதியைத் திருப்பியழைத்துக்கொள்ள முடியும். இம்மாதிரியான சட்ட அமைப்பை உலகில் வேறு எங்காவது நீங்கள் கண்டதுண்டா? இதர தேசங்களில் தன்னைத் தேர்ந்தெடுத்த பொதுமக்களின் நலன்களுக்கு எவ்வளவு மாறாக ஒரு பிரதிநிதி நடந்து கொண்டாலும் அவனைக் குறிப்பிட்ட ஒரு காலத்திற்குள் பொதுமக்களால் திருப்பியழைக்கவே முடியாது. அமெரிக்காவிலும் பிரிட்டனிலும் நீங்கள் காணும் ஜனநாயகம் முதலாளித்துவ ஜனநாயகம். அது ஒரு தகிடுதத்தமேயாகும். வெறும் போலி. எல்லா வயது வந்த மக்களுக்கும் வோட்டுரிமை முதலியன இருந்தும்கூட பூர்ஷுவாக்கள் தான் அந்த அரசாங்கங்களில் ஆதிக்கம் செலுத்தி மக்களைச் சுரண்டிக் கொழுக்கிறார்கள். ஆதலால் எங்கு பரிபூரண பொருளாதார சமத்துவம் இருக்கிறதோ அங்கு தான் உண்மையான ஜனநாயகம் இருக்கமுடியும். எனவே சோவியத் யூனியனில் பொருளாதார சமத்துவம் இருக்கிறதேயொழிய அரசியல் ஜனநாயகம் இல்லை எனக் கூறுவது வெறும் அர்த்தமற்றபேச்சு."

உடனே அவர் "இல்லை, இல்லை, இது என்னுடைய சந்தேகமல்ல. ஒரு சிலர் இம்மாதிரி சந்தேகப்படுகிறார்கள் என அவசர அவசரமாகப் பதில் சொன்னார்.

"யார், 'இந்த மக்கள்' ஒரு சில படித்த மத்தியதர வகுப்பினரைத் தவிர என் நான் குறுக்கிட்டுச் சொன்னேன்.

"பின் சோவியத் யூனியனில், ஏன் கம்யூனிஸ்ட் கட்சியைத் தவிர இதர கட்சிகள் இருக்க அனுமதிப்பது கிடையாது" என்பது அவருடைய அடுத்த கேள்வி.

கம்யூனிச சமுதாயத்தை அமைப்பதற்காக எப்படி கம்யூனிஸ்ட் கட்சி வேலை செய்கிறது என்பதைப்பற்றியும் அந்நாட்டில் சுரண்டும் கும்பல்களான ஜமீன்தார்கள், முதலாளிகள் முதலியோர் எப்படி ஒழித்துக்கட்டப் பட்டனர் எனவும் எடுத்துக் கூறினேன். "ஒவ்வொரு கட்சிக்கும் ஒரு தனி லட்சியமுண்டு. அதாவது சோவியத் யூனியனில் கம்யூனிச சமுதாயத்தை சிருஷ்டிப்பதை தனது லட்சியமாகக் கொண்ட கம்யூனிஸ்ட் கட்சியைத் தவிர வேறு எந்தக் கட்சி இருக்கமுடியும்? கலை வளர்ச்சிக்காக பாடுபடும் ஏதாவது ஒரு கட்சி இருந்தால் அது அனுமதிக்கப்படும். முதலாளித்துவத்தின் கீழ் எல்லை இல்லாத துன்பங்களை அனுபவித்து நொந்து வெந்து நசுங்கிக்கிடந்த ரஷ்ய மக்கள் திரண்டு, எழுந்து ஜாரின் கொடுங்கோலாட்சியை வீழ்த்தி, மகோன்னதமாக அமைத்த சோஷலிச சமுதாயத்தை, தங்கள் இரத்தத்தால் கட்டப்பட்ட புதிய சமுதாய அமைப்பைத் தகர்த்தெறியும் லட்சியம் கொண்ட எந்த அரசியல் கட்சியையும், அந்த மக்கள் அனுமதிக்கப் போவதில்லை. இது உறுதி.'

"அதுவல்ல நான் சொல்ல வந்தது. சர்க்காரின் போக்கை விமர்சனம் செய்வதற்காகவாவது ஒரு கட்சி இருக்க வேண்டாமா?" என்று அந்த நண்பர் மீண்டும் கேட்டார்.

சோவியத் யூனியனில் வேறு எந்தக் கட்சியும் இல்லாமலேயே பொதுமக்கள் சர்க்காரின் போக்கை நன்கு விமர்சனம் செய்ய பூரண சுதந்திரம் அளிக்கப்படுகிறார்கள். சர்க்காரின் ஒவ்வொரு கொள்கையையும் திட்டமும் பெருவாரியான சோவியத் மக்களால் நன்கு விவாதிக்கப்படுகிறது. பின் உதாரணத்திற்கு தொழில் சீரமைப்புத் திட்டத்தை எடுத்துக் கொண்டேன். எப்படி புதிய புதிய திட்டங்கள் போடப்படுகின்றன எனவும், எவ்வாறு அவைகளை முடிவு செய்யும் வாதங்களில் பாட்டாளி மக்கள் கலந்து கொள்ளுகிறார்கள் எனவும் விளக்கமாக அந்நண்பருக்கு எடுத்துக் கூறினேன்.

“சர்க்கார் உத்தியோகங்கள் யாருக்குக் கொடுக்கப் படுகின்றன; அவைகள் எல்லாம் கம்யூனிஸ்ட்களின் ஆதிக்கத்தின்கீழ் இல்லையா?” என மேலும் அவர் ஒரு கேள்வி கேட்டார்.

“சுப்ரீம் சோவியத் சபையில்கூட ஏறக்குறைய ஐம்பது சதவிகிதம் கம்யூனிஸ்ட் கட்சியைச் சேராத பிரதிநிதிகள் இருக்கிறார்கள். சோவியத் பார்லிமெண்டில் ஒரு அங்கத்தினர் ஆவதற்கோ அல்லது அரசாங்கத்தில் உத்தியோகம் பார்ப்பதற்கோ, ஒருவர் கட்டாயமாகக் கம்யூனிஸ்டாக இருக்கவேண்டும் என்பதில்லை. ஆனால் அவர்கள் சோஷலிஸ சமுதாயத்திற்கு விசுவாசிகளாக இருக்கப் பிரமாணம் செய்யவேண்டும்.

ஆதலால் நீங்கள் இருக்கவேண்டும் என நினைக்கும் கட்சியின் லட்சியம் எதுவாய் இருக்கமுடியும்? அது சோஷலிசத்திற்கு எதிராக இருக்குமானால் அக்கட்சியை மக்களே தூக்கி எறிவார்கள் என நான் பதில் சொன்னேன்.

அங்கு தனிப்பட்ட நபருக்கு சுதந்திரம் இருக்கிறதா என அவர் கேட்டார். இதுதான் அநேகரால் கேட்கப்படும் கேள்வி எனவும் தெரிவித்தார்.

“யாருக்கு சுதந்திரம், எதற்காக? இதர மக்களைச் சுரண்டிக் கொழுக்கவா? அதை உறுதியாக அனுமதிக்க முடியாது.

1942 ஆகஸ்ட் இயக்கத்தில் நீங்கள் கலந்துகொள்ளாததால் ஜனங்கள் உங்களை வெறுக்கிறார்கள் எனவும் கூறினார். இந்தக் கேள்விக்கும் சரியாக பதில் சொன்ன பொழுது உங்கள் கட்சி சரியான மார்க்கத்தில்தான் சென்றுள்ளது என்பதில் எனக்கு சந்தேகமே இல்லை. ஆனால் இதரர்கள் அப்படி நினைக்கவில்லையே என்றார்.

அவர் ஆபீசிற்கு புறப்பட்டபொழுது என்னிடம், நான் 1–4–47க்கு முன் வேறு இடத்தைப் பார்த்துக் கொள்ளவேண்டும் எனவும் கூறினார். மறுநாட் காலை நாங்கள் இருவரும் சாப்பிடுவதற்கு உட்கார்ந்தோம். என் மனைவிக்கு கம்யூனிஸ்டுகளைக் கண்டாலே பிடிக்காது

என அவர் பேச்சைத் தொடங்கினார். நான் "ஏன் என்று கேட்டேன். ஏனெனில் அவளுக்கு நான்கு ஏக்கர் நிலம் இருக்கிறது" என்றார். "அவள் விரும்பினால் அவளுக்கு இன்னும் சில ஏகராக்கள் கம்யூனிஸ்டுகள் அதிகம் கொடுப்பார்கள். கம்யூனிஸ்ட் சர்க்கார் அவளுக்கு கல்வியைப் போதித்து சுதந்திரமான வாழ்க்கையை நடத்த சந்தர்ப்பமளிக்கும். இன்று இருப்பதைவிட கம்யூனிஸ் சமுதாயத்திலே அவள் மிகவும் ஆனந்தமான திருப்தியான வாழ்க்கையை நடத்துவாள். இன்று அவள் உனக்கு ஒரு வெறும் அடிமை. சமையல் செய்வதும் குழைந்தைகளைப் பெறுவதும்தான் அவளுடைய முக்கிய வேலைகள். கம்யூனிஸ் சமுதாயத்தில் அவள் ஆண்களுக்குச் சமமான அந்தஸ்தைப் பெறுவாள் என நான் விளக்கினேன்.

"பின் குடும்பம் என்ன ஆவது?" என அவர் கேட்டார். "அப்பொழுதுதான் குடும்ப வாழ்க்கை மகோன்னத நிலைமையை அடையும். இன்று குடும்பத்தில் பெண் அடிமையாகவும் ஆண் எஜமானனாகவு மிருக்கிறார்கள். நாளை ஆணும் பெண்ணும் கணவனும் மனைவியும் சம உரிமையுள்ள வாழ்க்கைத் துணைவராக இருப்பர்.

இங்கிலீஷை புரிந்துகொண்ட அவரது மனைவியார் புன்னகையுடன் தலையை அசைத்தார்.

என் நண்பர் "நீங்கள் மிகவும் சாதுர்யமாக விஷத்தைச் செலுத்திவிடுகிறீர்கள்" என புன்சிரிப்புடன் கூறினார். பிறகு அடுத்த விஷயத்திற்கு ஒரு தாவு தாவினார்.

"பாட்லிவாலாவைப்பற்றி நீங்கள் என்ன சொல்லுகிறீர்கள்? நீங்கள் ஏன் அவரைக் கட்சியிலிருந்து விலக்கினீர்கள்?" என மற்றொரு கேள்வி கேட்டார்.

"திமிர்பிடித்த ஒரு நிலப்பிரபு, தன் அடிமையை நடத்தும் முறையில் அவர் தன் மனைவியை நடத்தத் தொடங்கினார். கட்சி எச்சரித்தது. அவர் செவிசாய்க்கவில்லை. கட்சி அவர்மீது ஒழுங்கு நடவடிக்கை எடுத்தது."

அவர் : அந்தரங்க வாழ்க்கையில் கட்சி ஏன் தலையிட வேண்டும்?

நான் : கட்சி தன் ஆண் தோழர்களிடம் மாத்திரம் அக்கறை கொண்டிருக்கவில்லை. தன் பெண் தோழர்களின் நலஉரிமைகளையும் கவனிக்கிறது. நீங்கள் உங்கள் மனைவியை அடித்துத் துன்புறுத்த சோஷலிச சமுதாயம் உங்களை அனுமதிக்காது.

அவர் : மிகவும் கடினமான கட்டுப்பாடு. கட்சியினுள் இருப்பது எங்களுக்கு எல்லாம் மிகவும் கஷ்டம். நான் உண்மையாகவே உங்கள் திடமான கொள்கைகளைப் போற்றுகிறேன்.

ஒரு நாள் மாலை நாங்கள் இருவரும் பேசிக்கொண்டிருக்கும் பொழுது "என் தகப்பனார் முன்பு கம்யூனிஸ்ட் அனுதாபியாக இருந்தார். இப்பொழுது அவர்களைக் கண்டாலே அவருக்கு வெறி கிளம்பும், அவர் இங்கு வந்தால் உங்களை விரட்டிவிடுவார்" என அந்நண்பர் கூறினார். நான் “ஏன்?” என்று கேட்டேன். ஏனெனில் “இப்பொழுது ஏழை எளிய விவசாய மக்கள் எல்லோரையும் ஒன்றுதிரட்டி குறைந்த நேர வேலையும் அதிகப்பட்ச கூலியும் கம்யூனிஸ்டுகள் கேட்பதால்தான்” என்று பதில் கூறினார்.

“அப்படியானால் உங்கள் தந்தை, கம்யூனிசக் கொள்கைகள் வார்த்தையளவில் இருக்கும்வரை அதை வரவேற்பார். அது செய்கையளவில் உருவெடுத்தால் அதைக் கடுமையாக எதிர்ப்பார். இது ஆச்சரியம்தான்” என்றுரைத்தேன்.

“நீங்கள் ஒரு தனிப்பட்ட நபருக்கு எவ்வளவு நிலம் அனுமதிக்கிறீர்கள்?” என அவர் கேட்டார். ஐம்பது ஏக்கர் என பதிலளித்தேன். “ஓகோ! அப்படியானால் நான் தப்பித்தேன். நான் உங்களுடைய கட்சியுடன் இருக்க முடியும். எப்படியிருந்தாலும் நீங்கள் அதிகாரத்துக்கு வருவதற்குள் என் நிலங்களை எல்லாம் விற்றுவிட வேண்டும் என நினைக்கிறேன்” என்றார்.

அன்புள்ள சாகர், நடுத்தர வர்க்கத்தின் ஊசலாடும் தன்மையை இதிலிருந்து நீ நன்கறிந்து கொள்வாய்.

அந்த இடத்தைவிட்டு நான் 31–ந் தேதி சாயங்காலம் புறப்பட்டபொழுது அந்த நண்பர் நான் அல்லது இதர

தோழர்கள் விரும்புகிறபொழுதெல்லாம் அங்கு வந்து ஓரிரண்டு நாட்கள் தங்கலாம் எனவும் ஆனால் அங்கிருந்து கொண்டு கட்சி வேலை எதுவும் செய்யக்கூடாது என்றும் தெரிவித்துக்கொண்டார். அவருக்கும் அவருடைய மனைவிக்கும் அவர் செய்த அன்பான உபசாரங்களுக்காக எனது வணக்கங்களைத் தெரிவித்துக்கொண்டு அந்த இடத்தை விட்டுப் புறப்பட்டேன். படித்த மத்தியதர வகுப்பாரின் குழப்பமான இந்த நிலைமையையும் பாடுபடும் ஏழைப் பாட்டாளி மக்களின் அரசியல் தெளிவையும் நீ ஒப்பிட்டுப்பார்.

புரட்சி வாழ்த்துகள்,

சுந்தரராஜ்

எட்டாவது கடிதம்

12-4-47

*அ*ன்புமிக்க சாகர்,

முந்தாநாள் நடந்த ஒரு முக்கியமான சம்பவத்தை நான் உனக்கு இதுகாறும் தெரிவிக்கவில்லை. தாமதத்திற்கு மன்னிக்கும்படி கோருகிறேன்.

நான் எனது வழி தவறி ஒரு மாபெரும் தவறு செய்துவிட்டேன். குறிப்பாக நான் தலைமறைவாக இருக்கும்பொழுது அம்மாதிரி நான் நடந்துகொண்டது கட்சியின் கட்டுப்பாட்டை சீர் குலைக்கும் செய்கையாகும்.

இம்மாதிரி தலைமறைவு வாழ்க்கையின் பிரதான சென்டரையே நான் அம்பலப்படுத்தியிருந்தேன் என என்மீது ஒழுங்கு நடவடிக்கை எடுக்கும் பிரச்னையை நம் தோழர்கள் கைக்கொள்வார்கள் என்பது எனக்குத் தெரியும். "தங்கள் அந்தரங்க வாழ்க்கையில் ஒரு சிறு தவறு ஒரு தோழர் செய்தபோதிலும் நீங்கள் அவர்மேல் ஒழுங்கு நடவடிக்கை எடுக்கவேண்டும் என்று கூறுகிறீர்கள். பின் முதல்தரமான அரசியல் தவறு செய்த உங்கள் மீது ஏன் ஒழுங்கு நடவடிக்கை எடுக்கக்கூடாது?" என அவர்கள் வாதிப்பார்கள், அவர்கள் வாதம் முற்றிலும் சரி.

அதற்கு மாறாக நான் ஒன்றும் கூறப்போவதில்லை. நான் எனது தவறை ஒப்புக்கொள்கிறேன். நான் இத்தவறு செய்தபொழுது என்னால் என்னையே

கட்டுப்படுத்திக்கொள்ளும் நிலைமையில் நான் இல்லை. ஆதலால் மாகாணக்கமிட்டியை எனது கேஸை அனுதாபத்துடன் கவனிக்கும்படி வேண்டிக்கொள்கிறேன்.

நான் இதைப்பற்றி ராமனுடன் பேசியுள்ளேன். உனக்கு சிறிது முன்னதாகவே தெரியப்படுத்த விரும்பவில்லை. ஆனால் என்னால் அதை மறைக்க முடியாது. அன்று நடந்த சம்பவம் இதுதான்.

நேற்றைய முன்தினம் நான் நமது பிரதமமந்திரி ஸ்ரீஜத் ஓமந்தூர் ராமசாமி ரெட்டியாரை சந்தித்தேன். மாகாண கமிட்டியின் அனுமதியில்லாமல் அவரை சந்தித்தது எவ்வளவு பெரிய தவறு? அவர் என்னிடம் வந்தார். நான் அவரைக் கண்டவுடன் எனது இரு கைகளையும் எடுத்து கும்பிட்டு "வாங்கோ! வாங்கோ" என என் நமஸ்காரங்களை தெரிவித்துக்கொண்டேன். அவர் புன்சிரிப்பு சிரித்துக்கொண்டே கைகளைக் கூப்பி தன் வணக்கங்களை தெரிவித்துக்கொண்டார். "எப்படியிருக்கே!" எனக் கேட்டுக் கொண்டே அவர் பேசத் தொடங்கினார். "உங்களில் அநேகம் பேர் சிறைக் கதவுக்களுக்குப் பின் தள்ளப்பட்டதைக் குறித்தும் மற்றும் சிலர் தலைமறைவு வாழ்க்கை நடத்த நிர்ப்பந்திக்கப்பட்டது. குறித்தும் நான் மிகவும் வருந்துகிறேன். நீங்கள் மிகவும் நல்ல உழைப்பாளிகள், ஆனால் என் பலாத்காரத்தை உபதேசிக்கிறீர்கள்? எல்லா காங்கிரஸ்வாதிகளும் உங்களை வெறுக்கிறார்கள். நீங்கள் காங்கிரசுக்கு விரோதமானவர்கள் என்று அவர்கள் கூறுகிறார்கள்."

எல்லாம் பழைய புராணம்தான். நம் கட்சிக் கொள்கைகளை விளக்கி நான் கூறினேன். இந்த எல்லாக் குற்றச்சாட்டுகளையும் விசாரிக்க ஒரு பக்ஷபாதமற்ற கமிட்டியை நியமிக்கவேண்டுமெனவும் அதன்முன் நாங்கள் எங்கள் சாட்சிகளுடன் ஆஜராக சந்தர்ப்பமளிக்க வேண்டுமெனவும் நான் கேட்டுக்கொண்டேன்.

அவர் தன்னுடைய இயலாமையைத் தெரிவித்துக்கொண்டார். இம்மாதிரியான எந்த விஷயத்திற்கும் காங்கிரஸ் எம்.எல்.ஏ.க்கள் ஒப்புக்கொள்ளவில்லை என்றார்.

ஆனால் பாதுகாப்பு கைதிகளின் குற்றப்பத்திரிகைகளைத் தானே பார்த்து குறைந்தபட்சம் 65 பேர்களையாவது கூடிய சீக்கிரம் விடுதலை செய்வதாக உறுதியளித்தார். சி.ஐ.டி.கள் எனக்காக வட்டமிட்டுத் திரிகின்றனர் என்றார். "போய் வருகிறேன்" எனத் தன் வணக்கங்களைத் தெரிவித்துக் கொண்டு தன்னுடைய காரில் ஏறிச் சென்றுவிட்டார்.

இத்துடன் என் கண்கள் திறந்தன. அந்த தன்னந்தனியான இரவில் எனது ஒரே நண்பனான பாயின்மேல் படுத்துக் கொண்டிருந்தேன்! இச்சம்பவம் நடக்காமல் தடுப்பது என் சக்திக்குப் புறம்பானது என்பதை நீ இப்பொழுது அறிந்துகொண்டிருப்பாய். பிரதம மந்திரி கூடிய சீக்கிரம் நம் தோழர்களில் ஒரு சிலரையாவது விடுதலைசெய்து தம் வாக்குறுதியைக் காப்பாற்றுவார் என நாம் நம்பலாம்.

புரட்சி வாழ்த்துகள்,

சுந்தரராஜ்.

ஒன்பதாவது கடிதம்

22-4-47

அன்புமிக்க சாகர்,

நான் வீட்டிலிருந்து புறப்பட்டபொழுது மாலை மணி 5 இருக்கும். பஸ்ஸைப் பிடிக்க 5 மைல் தூரம் நான் நடக்கவேண்டியிருந்தது. பஸ்ஸில் கொஞ்ச தூரம் பிரயாணம் செய்த பிறகு ஒரு குறிப்பிட்ட இடத்தில் நான் இறங்கினேன். பஸ் பிரயாணம் மிகவும் சள்ளை பிடித்ததாக இருந்தது. நன்கு குடித்துவிட்டு ஒரு குடிகாரன் பஸ்ஸில் ஏறிவிட்டான். அவன் இதர பிரயாணிகளுக்குக் கொடுத்த தொல்லை சொல்லி முடியாது. எல்லோருடனும் சண்டைக்குப்போக அவன் தயாராயிருந்தான்.

தன் வரிசையிலேயே, கதராடை அணிந்து உட்கார்ந்து கொண்டிருந்த ஒருவர்மேல் பாய்ந்தான். "ஏய், நீ ஒருத்தன்தான் காங்கிரஸ்காரன்னு நினைக்கிறாயா? நானுங்கூடத்தான் காங்கிரஸ்காரன். நானுந்தான் சுயராஜ்யம் வேணுமின்கிறேன். நானுங்கூட காந்திக்கு சிஷ்யன்தான், ஆமாம். நம்ம நாட்டுக்கள்ளுதான் குடிக்கிறேன். சீமைச் சரக்கு எனக்கொண்ணும் வேணாம்." பின் அவன் அந்த விஷயத்தை விட்டுவிட்டு எல்லா காங்கிரஸ்காரர்களையும் வாயில் வந்தபடியெல்லாம் தாறுமாறாகத் திட்டினான். பிறகு இஷ்டப் பிரகாரம் பீடியைக் குடித்துவிட்டு, நெருப்புடன் மிகுந்த எச்சில் துண்டைத் தனக்கு முன்னால் உட்கார்ந்துகொண்டிருந்த

ஒருவர்மேல் எறிந்தான். அந்த மனிதர் உடனே கத்த ஆரம்பித்தார். எங்கே இருவருக்கும் கைகலப்பு ஏற்பட்டு, பஸ்ஸை நேராகப் போலீஸ் ஸ்டேஷனுக்குக் கொண்டுபோய் விடுவார்களோ என நான் பயந்தேன்.

ஆனால் அதிர்ஷ்டவசமாக, மற்றொருவர் இந்தத் தகராறில் தலையிட்டு இருவரையும் சமாதானப்படுத்த முயன்றார். என்ன ஸார், நாம்கூட குடித்தால் அவன் மாதிரிதான் நடந்து கொள்ளுவோம், ஆதலால் அதை மனதிலேயே எடுத்துக்கொள்ளாதீர்கள் என்று சமாதானம் செய்தார். இதற்குமுன், நான் இறங்கவேண்டிய இடத்திற்கு பஸ் சென்றுவிட்டது.

இறங்கி நான் ரயில்வே ஸ்டேஷனை அடைந்தேன். ரயிலுக்காக நான் மூன்று மணி நேரம் காத்திருந்தேன். அதிகாலை மூன்று மணிக்கு நான் ஒரு ஸ்டேஷனில் இறங்கினேன். தூக்கம் கண்களை அழுத்தியது. ஆனால் நான் தூங்க விரும்பவில்லை. வாழ்க்கையின் பல்வேறு துன்பங்களுக்காளாகி, உண்ண உணவும், செய்ய வேறு தொழிலும் இல்லாமல் அலையும் எண்ணற்ற மக்களில் ஒரு சிலர் முடிச்சுமாறிகளாக மாறும்படி கொடிய பசியால் நிர்ப்பந்திக்கப்படுகிறார்கள்.

அவர்களில் அனேகர் ரயில்வே ஸ்டேஷன்களில் சுற்றிக் கொண்டிருப்பார்கள் என்பது உனக்குத் தெரிந்த விஷயமேயாகும். ஏழை எளிய தொழிலாளி மக்களுக்காகப் பாடுபடுபவனா? அல்லது அவர்களைச் சுரண்டிக் கொழுத்து வாழும் திமிங்கிலமா? என அவர்கள் பாகுபடுத்தப் போவதில்லை. அவர்களுக்கு வேண்டியது பணம். அது எப்படி, யாரிடமிருந்து வந்தாலும் சரி. ஆதலால் நான் மற்றொரு ரயிலில் 6–45 மணிக்கு ஏறும் வரையில் விழித்துக் கொண்டே இருக்க நேரிட்டது. 7–30 மணிக்கு நான் ரயிலைவிட்டு இறங்கினேன். பின் நான் போகவேண்டிய குறிப்பிட்ட இடத்திற்குச் சென்றேன்.

சூரியன் உச்சிக்கு வந்துகொண்டிருந்தான். வெய்யல் கொளுத்திக்கொண்டிருந்தது. அந்தப் பொசுக்கும் வெய்யலில் நான் நடந்து சென்று கொண்டிருந்தேன். வியர்வை

பெருவெள்ளமாக என் உடலிலிருந்து ஓடத் தொடங்கியது. ஷர்ட், பனியன் முதலியவைகளைக் கழட்டி கையில் சுருட்டி, மூட்டையாக வைத்துக்கொண்டு நடந்தேன். கிராமத்திற்கு அருகில் வந்ததும், மறுபடியும் அவைகளை உடலில் தரித்துக் கொண்டேன்.

அந்தக் கிராமத்தில் ஒரு காங்கிரஸ்வாதியோ அல்லது கம்யூனிஸ்டோ கிடையாது. இருப்பினும் ஊர், காங்கிரஸ்–கம்யூனிஸ்ட் என இரண்டாகப் பிரிந்து நின்றது. தமிழ்நாட்டுக் கைத்தறி நெசவாளர் சம்மேளனத்தின் ஒரு கிளையை, அவ்வூர் நெசவாளிகள், தங்கள் கிராமத்தில் ஸ்தாபித்தனர். இதுதான் நடந்த விஷயம். உடனே அங்கிருந்த "மாஸ்டர் வீவர்"களுக்கு தேசபக்தி பீறிட்டெழுந்தது. அவர்களெல்லாம் ஒன்றுகூடி 'காங்கிரஸ் சங்கம்' என ஒன்று அமைத்தார்கள். அதன்மேல் காங்கிரஸ் கொடியைப் பறக்க விட்டார்கள். இரவுக்கிரவே தேசபக்தர்கள் ஆகிவிட்டார்கள். மாஸ்டர் வீவர்களின் மேல் நெசவாளித் தொழிலாளருக்கிருந்த கோபம், காங்கிரஸ்மேல் திரும்பியது. அதன்மேல் அவர்களுக்கிருந்த நம்பிக்கை, அடியோடு தொலைந்து போயிற்று கிராமத்திற்குச் சென்று, நான் செல்ல வேண்டிய இடத்திற்குப் பாதையை விசாரித்தேன்.

நான் போகவேண்டிய தோழரின் வீட்டிற்குள் நுழைந்ததும் அவர்கள் என்னை மிகவும் அன்புடன் வரவேற்றார்கள். விருந்தாளிகளை வரவேற்று உபசரிப்பதில் நாம்தான் மிகவும் பிரசித்தியானவர்களாயிற்றே! நான் முன்தினம் மாலையிலிருந்து ஒன்றுமே சாப்பிடவில்லை. ஆதலால் அவர்கள் சுடச்சுட கொண்டுவந்த இட்டிலிகள் நான்கையும், ஒரு நிமிஷத்தில் தீர்த்துக் கட்டினேன். அதற்குப் பிறகு எனக்கு "கிராமத்து காபி' கொடுக்கப்பட்டது. ஏன் கிராமத்து காபி எனக் கூறுகிறேன் தெரியுமா? அது காபியா, டீயா, கோகோவா அல்லது மூன்றும் கலந்த ஒரு பானமா என நாம் கண்டுபிடிக்க முடியாது. நமது கிராமத் தோழர்களைக் குறை வாகப் பேச நான் இந்த உதாரணம் கூறவில்லை. நகரங்களில் கிடைப்பதுபோன்ற காபி, கிராமங்களில் கிடைக்காது என உங்களுக்கு வலியுறுத்தத்தான், நான் இந்த எடுத்துக்காட்டைக்

கையாண்டேன். கிராமங்களுக்கு இன்னும் "காபி நாகரீகம்" நன்கு பரவவில்லை.

சிற்றுண்டிக்குப்பின், அக்கிராமத்திலிருந்து ஒரு மைல் தூரத்திலிருந்த எனது பதுங்குமிடத்திற்குச் செல்லவேண்டுமென அத்தோழர் குறிப்பிட்டார். ஆனால் நாங்கள் புறப்படுவதற்கு முன், சுமார் 20 பேர்கள் என்னைப் பார்க்க அங்கேவந்து கூடிவிட்டார்கள். அவர்களைக் காண எனக்கு சந்தர்ப்பம் அளித்தார்கள் எனவும் கூறலாம். கிராமத்திற்கு யார் புதிதாக வந்தாலும் அது எல்லா கிராம ஜனங்களின் கவனத்தையும் கவர்கிறது.

எனது பதுங்குமிடமிருந்த அடுத்த கிராமத்திற்குச் சென்று கொண்டிருந்தபொழுது, மற்றுமிரு தோழர்கள் எங்களுடன் சேர்ந்துகொண்டார்கள். நாங்கள் அக்கிராமத்தை அடைந்தோம். ஆனால் எனக்கு பதுங்குமிடம் அளிக்கும் அத்தோழரை எங்கும் காணமுடியவில்லை. காலை 10-30 மணி ஆகிவிட்டது. வெய்யல் கொளுத்திக்கொண்டிருந்தது. பொட்டுப் பொட்டாக வியர்வை உடலிலிருந்து கீழே சொட்ட ஆரம்பித்தது. குளிப்பதற்கு எங்கேயாவது கிணறுகள் இருந்தால் அழைத்துச் செல்லும்படி அத்தோழர்களிடம் கூறினேன். அருகிலிருந்த சிற்றாற்றிற்கு அவர்கள் அழைத்துச் சென்றனர். 5 அங்குலம் உயரம் அதில் தண்ணீர் ஓடிக்கொண்டிருந்தது. அதில் படுத்து அப்படியும், இப்படியும் புரண்டு உடலை நனைத்துக்கொண்டேன். இந்த வேலைகளெல்லாம் முடிந்தபிறகு, மேலும் 12 மணி வரையிலும் காத்திருந்தோம். ஆனால் அந்தக் கிராமத் தோழர் திரும்பி வரவேயில்லை. ஏற்கனவே எங்கள் சிறுகுடலை பெருங்குடல் தின்ன ஆரம்பித்து விட்டது.

எனவே மறுபடியும் முந்திய கிராமத்திற்குத்தான் நாங்கள் எல்லோரும் திரும்பினோம். ஒருமைல் தூரம் நடந்து கிராமத்தை அடைந்தோம். நான் ஒரு வீட்டிற்குள் அழைத்துச் செல்லப்பட்டேன். நகரத்தில் செய்வதுமாதிரி, செருப்புக்களை கழற்றாமல் வீட்டிற்குள் நுழைந்துவிட்டேன். வீட்டு எஜமானியவர்கள் கோபித்துக் கொண்ட பிறகுதான், என் தவறு தெரிந்து வெளியே செருப்புக்களைக் கழற்றி

வைத்தேன். பின் நல்ல உணவு திருப்தியாகக் கிடைத்தது. என்னை பத்திரமான இடத்தில் வைக்கவேண்டுமே என அத்தோழர் மிகவும் பாடுபட்டார். உண்மையிலேயே பூமிக் கடியில் என்னைப் புதைத்து வைப்பது மிகவும் பத்திரம் என அவர் கருகியிருந்தால், ஒரு வேளை அவர் அப்படியும் செய்திருப்பாரோ என்னமோ, என்னைப்பற்றி அவ்வளவு அக்கரை எடுத்துக்கொண்டார் அவர்.

நான் இந்த கிராமத்திற்கு இரண்டு நாட்களுக்கு முன்னரே வருவதாக இதர தோழர்களிடம் கூறியிருந்தேன். ஆதலால் அவர்கள் இரண்டு நாட்களுக்கு முன்னரே வந்து காத்திருந்துவிட்டுப் போய்விட்டனர். அவர்களுக்கு நான் மறுபடியும் சேதிசொல்லி அனுப்பியபடியால், அன்றுமாலையே அவர்களும் வந்துவிட்டார்கள்.

செங்கொடியையும் அதன் தலைவர்களையும் எவ்வளவு உள்ளன்போடு அக்கிராமவாசிகள் நேசிக்கிறார்கள் என்பதை நான் கண்ணாரப் பார்த்தேன். அந்த ஜில்லா கைத்தறி நெசவுத் தொழிலாளர் தலைவர்களின் பெயர் அடிபடாத வீடே கிடையாது. பெண்கள், குழந்தைகள் மத்தியிலும்கூட அவர்கள் பெயர் மிகவும் பிரபலமாகயிருக்கிறது. 'தலைவர்" என்றால் போதும், மந்திர வார்த்தை போல அது மக்களை அப்படியே இழுக்கிறது. 'தலைவரிடமிருந்து வந்திருக்கிறேன்' என்றால், உங்களுக்காக எதையும் செய்யத்தயாராயிருக்கிறார்கள் அந்த ஊர்வாசிகள். அந்த உற்சாகத்தை, உணர்ச்சியை, முழுக்க முழுக்க நம் தோழர்கள் நன்கு வேலை செய்ய உபயோகப்படுத்திக் கொள்ளவில்லை.

அங்கு நான் இரண்டு நாட்கள் தங்கினேன். இரண்டு நாட்களும் நல்ல உணவு கிடைத்தது. பலாப்பழத்தின்மேல் எனக்குப் பிரியமுண்டு எனப் பேச்சுவாக்கில் சொன்னதைக்கேட்டு, பலமைல் தூரம் சுற்றியலைந்து எனக்காக ஒரு பலாப்பழத்தை வாங்கிவந்தார்கள் என்றால், அவர்களின் விருந்தோம்பும் குணத்தைத்தான் எப்படி வர்ணிப்பது? 50 அனுதாபிகளடங்கிய ஒரு கூட்டத்தில், நான் கட்சி நிதியைப்பற்றி எடுத்துக்கூறினேன். பி. ஆர். மேலும் மற்றும் இதர தோழர்கள் மேலும் போடப்பட்டுள்ள

பொய்க்கேசுகளைத் தவிடுபொடியாக நொறுக்கித்தள்ள, ஒவ்வொரு நூல் கூப்பன் கார்டுக்கும் ஒரு ரூபாய்வீதம் பணம் வசூல்செய்து, கட்சி நிதிக்குக் கொடுப்பதாக அவர்கள் வாக்களித்தார்கள்.

அதற்கடுத்த நாள் அங்கிருந்து புறப்பட்டு “கவர்னரின் இடத்தை” அடைந்தேன். நான் எந்தத் தோழரையும் காணமுடியாததால், பகிரங்கமாகச் சென்று, தொடர்பைப் பிடித்து என் பதுங்கு மிடத்திற்குச் செல்லவேண்டி நேரிட்டது. நான் முதலில் ஒரு தோழரின் வீட்டிற்குச் சென்றேன். அங்கே அவர் அகப்படவில்லை. வீட்டுப் பெண்களும், அவர் எங்கு போயிருக்கிறார் எனச் சொல்லமுடியவில்லை. பிறகுதான் நான் பகிரங்கமான தொடர்பைப் பிடித்து என் பதுங்குமிடத்திற்குச் சென்றேன். இதற்குப் பிறகு வந்த அத்தோழர், நான் வந்து விசாரித்துவிட்டுப் போனதை அறிந்து என்னைத் தேடிக்கொண்டு வெறிபிடித்தவர்போல வெளியே எல்லா இடங்களிலும் அலைந்து திரிந்திருக்கிறார். நான் மறுபடியும் அவர் வீட்டிற்கு வந்து, என்னை அவர் மறுபடியும் கண்டபிறகுதான் அவர் மனம் ஒரு நிலையை அடைந்தது. இளம் தோழர்களுக்குக்கூட, நம் கக்ஷியின்மேல், உள்ள மட்டற்ற மரியாதை என்ன என்பதை இதிலிருந்து அறிந்துகொள்ளுவாய்.

புரட்சி வாழ்த்துகள்,

சுந்தரராஜ்.

பத்தாவது கடிதம்

29-4-47

அன்புமிக்க தோழரே,

27-ம் தேதியன்று நான் 'கவர்னரின் இடத்தை' விட்டுப் புறப்பட்டு, 28-ம் தேதி இங்கு வந்தடைந்தேன். நேராக உன்னுடைய 1940ம் வருட சிநேகிதரிடம் சென்றேன். அவர் மதுரைக்குப் புறப்பட்டுக்கொண்டிருந்தார். நான் அவரை இதற்கு முன் பார்த்திராமலிருந்துங்கூட, அவருக்கு எதிரில் நின்றுகொண்டு "என்னை அடையாளம் தெரிகிறதா?" எனக் கேட்டேன். அவர் உடனே புரிந்துகொண்டு, நீங்கள் மதராஸ்லிருந்து வருகிறீர்களா?" எனக் கேட்டார். நான் 'ஆம்' என்று சொன்னதும் என்னைத் தனியாக சிறிது தூரம் அழைத்துச் சென்று, நீங்கள் கிராமத் திலிருக்க விரும்புகிறீர்களா? அல்லது நகரத்திலா?" எனக் கேட்டார். மேலும் தனக்கு மதுரையில் ஒரு வீடு காலியாக இருப்பதாகவும், அதில் நான் தங்கலாமெனவும் கூறினார். 15 மைல்களுக்கு அப்பால் தனியாக கிராமத்திலிருப்பதைவிட, நகரத்திலிருப்பதே நல்லது என நான் நினைத்தேன். ஆதலால் அவருடனேயே மதுரைக்குச் சென்றேன். அவர் என்னைத் தன் காலி வீட்டிற்கு அழைத்துச் சென்றார்.

எனக்கு அதைப்பார்த்ததும் 'குபீர்' என்றது. ஏனெனில் அது ஓர் வீடல்ல; பஜனை மடம். வருடத்திற்கு ஒரு முறை அங்கே கடவுள், தன் பரிவாரங்கள் புடைசூழ

எழுந்தருளுவார். மீதி நாட்களில். மனிதக் கடவுள்கள் எழுந்தருளுவார்கள். இந்நண்பரின் குடும்பமும் வசித்து வந்தது. முழுவதும் கருங்கல்லினால் கட்டப்பட்டு, மிகச் சிறிய ஜன்னல்கள் வைக்கப்பட்ட இருண்ட கூடந்தான் அது. சுருங்கச் சொன்னால் அது ஒரு இருட்டுக் கொட்டடி. அதற்குள் நான் தள்ளப்பட்டேன்.

"கவர்னரின் இடத்தில்" 26ம் தேதி இரவு 2–30 மணி வரையிலும் விழித்துக் கொண்டிருந்தேன். 27–ம் தேதி இரவு ரயிலில் தூக்கமில்லாமல் கழித்தேன். ஒரு தடவை ரயிலினுள் ஏறிவிட்டால், சிலர் தாங்கள் ரயிலையே வாங்கிவிட்டதாக எண்ணிக் கொள்ளுகிறார்கள். ஆதலால் அந்த ஒரு சிலர் நான் ஏற வொட்டாமல் மிகக் கடுமையாகக் கிளர்ச்சி செய்தார்கள். அவர்களின் கோபதாபங்களைப் பொருட்படுத்தாமல் வண்டிக்குள் ஏறி ஒரு இடத்தில் நின்று கொண்டேன். நீ நம்பினாலும் சரி, நம்பா விட்டாலும் சரி, நான் ஏறின இடத்திலிருந்து, இறங்கும் வரை, ஏழு மணி நேரம் நின்று கொண்டுதானிருந்தேன். அதற்கு இடம் கிடைப்பதே அவ்வளவு கஷ்டமாயிற்று. நான் ரயிலைவிட்டு இறங்கியதும், நேராக மேற்குறிப்பிட்ட நண்பரின் கிராமத்திற்கு பஸ்ஸில் சென்றேன். பிறகுதான் முன் சொன்ன இருட்டுக் கொட்டடிபோன்ற பஜனை மடத்திற்கு மத்தியானம் 12–30 மணிக்கு வந்தடைந்தேன். இதிலிருந்து நான் எவ்வளவு படுமோசமாகக் களைப்படைந்திருப்பேன் என்பதை நீ சற்று ஊகித்துப்பார்.

நான் மேற்கொண்டு இதர விஷயங்களைச் சொல்லுவதற்கு முன், வழியில் நடந்த ஒரு முக்கிய சம்பவத்தை குறிப்பிட விரும்புகிறேன். நான் ரயிலைவிட்டு ஒரு சிறு ஸ்டேஷனில் இறங்கினேன் என்பது நீ அறிவாய். நான் இறங்கியதும், எனக்கு எதிரில் அந்த ஜில்லாவைச் சேர்ந்த ஒரு சி.ஐ.டி. நின்றுகொண்டிருக்கக் கண்டேன். என் நெஞ்சு 'பக் பக்' என அடித்துக்கொள்ள ஆரம்பித்தது. ஏனெனில் அவன் என்னை அநேகதடவை, மோப்பம் பிடித்து பின்தொடர்ந்தே வந்திருக்கிறான். நானும் அவன் பிடியில் இதுகாறும் சிக்காமல் ஏமாற்றி வந்திருக்கிறேன். அதிர்ஷ்டவசமாக அவன் என்னைப்பார்த்து அடையாளம் கண்டு கொள்ளவில்லை. ஆதலால்தான், நான் உனக்கு

இக்கடிதம் எழுத முடிகிறது. பள்ஸில்கூட எனக்கருகில் ஒரு சி.ஐ.டி.தான் உட்கார்ந்திருந்தான். நான் செல்லும் கிராமத்திற்குத்தான் அவனும் வந்து கொண்டிருந்தான். அவன் சம்பளம், கஷ்டங்கள் முதலியவைகளைப்பற்றி அவனுடன் பேச்சுக்கொடுத்தேன். அவன் இதற்கு முன்பின் என்னைப் பார்த்தது கிடையாது.

மறுபடியும் இருட்டுக் கொட்டடிக்கு வருவோம். அங்கு ஒரு சொட்டுத் தண்ணீர்கூடக் கிடையாது. உன் நண்பரின் வர்ணனைகளிலிருந்து, நான் நன்றாகக்குளித்து, சிறிது ஓய்வை எடுத்துக் கொள்ளக்கூடும் என எதிர்பார்த்தேன். ஆனால் என் கற்பனை களெல்லாம் சின்னாபின்னமாக சிதறடிக்கப்பட்டன. "நாமொன்று நினைக்க, தெய்வமொன்று நினைத்தது" என்ற பழமொழி என் விஷயத்தில் நன்கு பொருந்தியிருந்தது. ஆனால் இங்கு எல்லோரும் மனிதர்கள் தான். தெய்வம் யாரும் இல்லை. அந்த முட்டாள் கடவுள் என்னிடம் அவ்வளவு கடினசித்தத்துடன் நடந்துகொண்டார். அந்த இடம் தூசி நிறைந்த குப்பைக்கிடங்காக இருந்தது. மாதக்கணக்காக அது சுத்தப்படுத்தப்படவே இல்லை. மேலும் அங்கே வைக்கோல் வேறு போர் போட்டு வைக்கப்பட்டிருந்தது. நான் கட்டாயம் குளிக்க வேண்டுமென்று, உன் நண்பரிடம் கூறினேன். அவர் ஒரு சட்டி நிறைய தண்ணீர் கொண்டுவந்தார். அது என் துணிகளை நனைக்கக்கூடப் போதுமானதாக இல்லை. பிறகு என் குளிப்பைப்பற்றிப் பேசவே வேண்டாம். எனக்கு உடனே சாப்பாடு அனுப்புவதாகக் கூறி அவர் சென்றார். நான் *2–30* மணி வரையிலும் காத்திருந்தேன். சோறு வந்தபாடில்லை. வயிறு அறுந்து தனியாக விழுந்துவிட்டது போன்ற பயங்கரமான பசியில் வாடிவதங்கிக் கொண்டிருந்தேன். வெளியே போவதற்கும் பயம். ஏனெனில் அந்த பஜனைமடம் ஒரு நல்ல பெரிய ரஸ்தாவில் இருந்தது. பஸ்கள் போய்க்கொண்டும், வந்துகொண்டு மிருக்கின்றன. அது ஒரு ஜனநெருக்கமான பிரதேசம். ஆனால் நான் எவ்வளவு நேரம்தான் காத்திருக்கமுடியும்? வெளியே கிளம்பி, பக்கத்திலிருந்து மிலிட்டரி ஹோட்டலுக்குள் நுழைந்து, உணவு உட்கொண்டேன். நான் கடந்த மூன்று நாட்களாக வயிற்றுக்கடுப்பால் கஷ்டப்பட்டுக் கொண்டிருந்தேன்.

ஹோட்டலில் சூடாகவும், காரமாகவும் சாப்பிட்டது எனது வயிற்று உபத்திரவத்தை அதிகரித்தது. அந்த ஹோட்டலிலேயே நிரந்தரமாக ஒரு சி.ஐ.டி. ரூம் எடுத்துக்கொண்டு வசிக்கிறான். நான் சாப்பிடும். பொழுது அவனும் சாப்பிட உட்கார்ந்தான். ஆனால், அதிர்ஷ்டவசமாக என்னை அடையாளம் கண்டு கொள்ளவில்லை.

நான் மறுபடியும் பஜனை மடத்திற்குத் திரும்பினேன். அந்த நண்பர் இன்னும் திரும்பவேயில்லை. வயிற்று உளைச்சல் பெரும்தொல்லை கொடுத்துக் கொண்டிருந்தது. வெளிக்குப் போக வேண்டியது அத்தியாவசியமாக இருந்தது. ஆனால் அங்கு கக்கூஸ் இல்லை. மேலும் ஒரு சொட்டுத் தண்ணீர்கூட கிடையாது. என்ன செய்வது? வயிற்றுக் கடுப்பால் அவதிப்படும் ஒருவன், மணிக் கணக்காகக் கக்கூஸிற்குப் போவதற்கும் சந்தர்ப்பம் இல்லையெனில் அவனுடைய நரக வேதனையை நீ சற்று சிந்தித்துப்பார். மாலை 7 மணி வரையிலும் நான்கு மணி நேரம், இரு கைகளாலும் வயிற்றைக் கெட்டியாக அழுத்திக் கொண்டு உட்கார்ந்திருந்தேன். 7 மணி ஆனதும் இருட்டத் தொடங்கியது. ஆதலால் வைகைக்குச் சென்று என் உபத்திரவங்களைத் தணித்துக் கொண்டேன். இந்தப் பயங்கரமான, கொடிய வேதனையில் நான் ஆழ்ந்து உழன்று கொண்டிருந்தபொழுது என் மனம் எண்ணாததெல்லாம் எண்ணிற்று.

“என்னை எதற்காக கட்சித் தலைவனாக்கினார்கள். நானும் ஒரு சாதாரண அங்கத்தினனாக இருந்தால், மாகாணக் கமிட்டி அது செய்யவில்லை, இது செய்யவில்லை என அதன்மேல் தவறுகளை வெகு சுலபமாகக் கண்டுபிடித்துக் கொண்டே, என் பொறுப்பைத் தட்டிக் கழிக்கலாம். நான் மேலும் சிறிது கண்டிப்பாக மேல் கமிட்டியில் கேட்கப்பட்டால் “நீங்கள் சுலபமாக ஜெயிலுக்குச் சென்றபொழுது நான் 1940ல் தலைமறைவு வாழ்க்கை நடத்திய அனுபவமுண்டு' எனத் தூக்கி எறியலாம். இதரர்களைப் போல நானும் பாதுகாப்புக் கைதியாகிவிட்டால், வெளியில் தலை மறைவாகயிருந்து வேலை செய்யும் தோழர்களின் மேல் இது சொத்தை, இது சொள்ளை எனத் தவறுகள் சுலபமாகக் கண்டு பிடிக்கலாம். “என் மனைவிக்குக் கட்சிச் சம்பளம் எங்கே? என் குழந்தைகளுக்கு எங்கே? எனக்கு

வரப்போகும் மனைவியின் சம்பளத்தைப் பற்றி என்ன?" எனக் கட்சியின்மேல் கோரிக்கைகள் போடலாம்.

நான் எந்தத் தோழர்களையும் தாழ்வாக நினைத்துக் கொண்டு இதைக் கூறவில்லை. என் மனதில் அந்த சமயத்தில் எழுந்த எண்ணங்களைத்தான் எழுதியுள்ளேன். ஆனால் உடனே எனக்கு மறுபடியும் அறிவு தெளிவாயிற்று. அம்மாதிரி நினைக்க நான் எவ்வளவு பெரியமடையனாக இருந்தேன் என என்னை நானே நொந்துகொண்டேன். இவ்வளவு துன்பங்களையாவது சகித்துக் கொள்ளவில்லை யென்றால், புரட்சிக்காக வேறு நான் என்னதான் சாதித்துவிடப் போகிறேன். கொடிய பசியைத் தணிக்க ஒருவாய் கூழ்கூட கிடைக்காது போயினும், பெருந்தாகத்தால் தொண்டை உலர்ந்து, வரண்டு போகும்பொழுது நாக்கையாவது நனைக்க ஒரு சொட்டுத் தண்ணீர்கூட கிடைக்காதுபோயினும் ரஜனி பாமிதத் கூறுவதுபோல "எதிர்காலத்தின்மேல் உள்ள திடமான முழு நம்பிக்கையே, நாம் உயிர்வாழ ஜீவாதாரம்" என்பதில் எள்ளளவும் சந்தேகமில்லை எனக்கு.

நான் 7 மணிக்கு மடத்தைவிட்டு வெளியேறினேன். இன்னொரு தோழரைச் சந்தித்து எனக்குத் தங்குமிடம் ஏற்பாடு செய்வதற்காக 3 மைல் தூரம் நடந்தேன். இது வரையிலும் உனது நண்பர் திரும்பி வரவேயில்லை. நான் சந்திக்கக் சென்ற தோழர் ஒரு டீக்கடைக்காரர். நான் அங்கு சென்றதும் தோழரைக் காணவில்லை. உன் நண்பரின் வேண்டுகோளின்பேரில், என்னை வேறு இடத்திற்கு அழைத்துச் செல்லுவதற்காக பஜனை மடத்திற்கு அவர் சென்றிருந்ததாகப் பின்னால் தெரியவந்தது. நான் டீக்கடையில் உட்கார்ந்து மூன்று கப் பாலும், ஒரு கப் மோரும் குடித்தேன். 10-30 மணிக்கு நான் மறுபடியும் பஜனை மடத்திற்குத் திரும்பி னேன். நான் மடத்தைப் பூட்டி சாவியைக் கையுடன் கொண்டு வந்திருந்ததால், சாவியை மாத்திரம் கொடுத்தனுப்பி என் சாமான்களை எடுத்து வரும்படி செய்யலாம் என முதலில் நினைத்தேன். ஆனால் என்னைத் தேடிக்கொண்டு மடத்திற்குப் போன தோழர்கள் நான் அங்கில்லாததுகண்டு, ஒரு வேளை சி.ஐ.டி.கள் தான் என்னைப் பிடித்துவிட்டனரோ என நினைத்து, மேலும்

அதைப் பற்றி விசாரிக்க ஆரம்பித்தால் என்ன செய்வது? சி.ஐ.டி.கள் தான் ஜாக்கிரதையாகிக் கொள்வார்கள். ஆதலால் நான் மறுபடியும் அங்கு திரும்பினேன். ஹோட்டலில் சாப்பிட்டேன். ஹோட்டலுக்கு முன்னுள்ள இடத்தில் உனது நண்பர் படுத்துக் குறட்டை விட்டுக் கொண்டிருந்தார். டீக் கடைத் தோழர் அங்கு உட்கார்ந்து கொண்டிருந்தார். நான் அவர்களைப் பார்த்துக் கொண்டே பேசாமல் என் இடத்திற்கு வந்தேன். என்னை அடையாளம் தெரிந்து என்னைப் பின் தொடர்ந்து வருவார்கள் என நினைத்துக் கொண்டு அங்கேயே காத்திருந்தேன். ஆனால் யாரும் வரவேயில்லை. நான் வெளியே எட்டிப் பார்த்தேன். யாரும் அங்கேயில்லை. அந்த ஹோட்டலில் நிரந்தரமாக வசிக்கும் வேட்டை நாய்தான் அங்கு நின்று கொண்டிருந்தது. என்ன தவறு செய்தேன்? என்னை. டீக்கடைத் தோழர் அடையாளம் கண்டுகொள்ளவில்லை என இப்பொழுதுதான் நான் அறிந்தேன். ஒரு நிமிஷம் டீக்கடைத் தோழரிடம் பேசியிருந்தால் எல்லாம் சுமுகமாக நடந்தேறியிருக்கும். என்ன நினைத்துதான் பயன் என்ன? வேறு வழியே இல்லை. ஆதலால் அங்குதான் படுத்துக்கொண்டேன். மிகவும் களைப்படைந்திருந்ததால், வெகு சீக்கிரமே தூங்க ஆரம்பித்தேன்.

அன்று மாலை நடந்த ஒரு சம்பவத்தைப்பற்றி உன்னிடம் சொல்ல மறந்து விட்டேனே. நான் வீட்டிற்குள், ஒரு ஹாலில் தான் தங்கியிருந்தேன். யாரோ ஒருவர் வந்து, பக்கத்திலிருந்த சைக்கிள் கடைக்காரரிடம், இந்த வீட்டில் யார் வசிக்கிறார்கள் என விசாரித்தார். யாரும் அங்கு வசிக்கவில்லை எனவும், அங்கு குடியிருந்த ஒரு குடும்பம்கூடப் போய்விட்டதெனவும் சைக்கிள் கடைக்காரர் சொன்னார். இது என் மனதில் சந்தேகத்தைக் கிளப்பி விட்டது.

இப்பொழுது உன் நண்பரைப்பற்றி ஒரு சில வார்த்தைகள். என்னை பஜனை மடத்திற்குக் கொண்டுவந்து விட்டுவிட்டு, உன் நண்பர் அந்த டீக்கடைத் தோழரைத்

தேடிக்கொண்டு போயிருக்கிறார். உடனே என்னை வேறு ஓர் இடத்திற்கு அழைத்துச் சென்றுவிடும்படியாய் கூறியிருக்கிறார். 24 மணி நேரம் பொறுக்கும்படியாயும் அதற்குள் என்னை வேறு ஒரு இடத்திற்கு அழைத்துச் சென்றுவிடுவதாயும் அத்தோழர் வாதாடியிருக்கிறார். ஆனால் இவர் ஒப்புக்கொள்ளவில்லை. அவருடைய தாயாரும், மாமாவும் மறுநாள் காலையே அங்கு வரப்போவதாகவும், அதற்கு முன் நான் வேறு பதுங்குமிடத்திற்குப் போய்விடுவதே நலம் எனவும் காரணம் காட்டியிருக்கிறார். அவரை முதன் முதலில் நான் பார்த்தபொழுது, என்னிடம் அவர் கூறியதற்கு எவ்வளவு முற்றிலும் மாறாக அவர் நடந்துகொண்டார். வீடு காலியாகத்தான் இருக்கிறது எனவும் அதில் ஒரு வாரமோ இன்னும் அதிகமாகவோ தங்கலாம் என்றுமல்லவா என்னிடம் அவர் முதலில் கூறியிருந்தார். எனவே அவருடைய இந்த நடவடிக்கை எனக்கு விளங்காத மர்மமாகவே தோன்றியது. நீ வானளாவ உயர்த்திப் பேசிய உன் நண்பரிடம் நான் ஏதாவது தவறுதலாக நடந்து கொண்டேனா? எனக்குத் தெரிந்தவரையில் அப்படி ஒன்றும் நடக்கவில்லை.

இரவு 1 மணிக்கு நான் டீக்கடைத் தோழரால் எழுப்பப்பட்டு வேறு இடத்திற்கு அழைத்துச் செல்லப்பட்டேன். வழி நடக்கும்போது அத்தோழர் கூறிய வரலாறு பின்வருமாறு:

“1940ல் அவரிடமிருந்து ரூ.5ஐ தம்பி திருடிவிட்டதாக அவருடைய மனதில் பதிந்து போயிருக்கிறது. இது எப்படி சம்பவித்தது? அவர் தன்னுடைய பணத்தை எண்ணிக் கொண்டிருந்தார். 5 ரூபாய் குறைந்தது. குறைந்த பணத்தைத் தேடிக் கொண்டிருந்தபொழுது, அவருடன் இருந்த தம்பி, அவர் 5 ரூபாய் காணாமல் தேடுவதை கவனியாமல் அங்கிருந்து போய்விட்டார். ஆதலால் தம்பிதான் அப்பணத்தைக் திருடியிருக்க வேண்டுமென நினைக்கிறார். இதை அநேக தோழர்களிடம் கூட கூறியிருக்கிறார். இதைப்பற்றி தோழர் ரத் சொன்ன கதை முற்றிலும் வேறானது. ஆனால் எப்படி இருந்தபோதிலும் நாம் எல்லோரும் திருடர்கள்

என்ற எண்ணம் அவர் மனதில் விழுந்துவிட்டது. அகில உலகத் தலைவர்களிலேயே மிகச் சிறந்தவரான ஒருவர் மீதுகூட, அவர் தன் கட்சியின் நிதி பெருக பாங்குகளைக் கொள்ளையடிப்பது வழக்கம் என்ற பெரும் அவதூறு சுமத்தப்படுவதை ஒரு வேளை இவர் கூட கேட்டிருக்கலாம். அதனால் நாம்கூட சிறு திருடர்கள் என்ற அவருடைய எண்ணத்தை இது ஊர்ஜிதம் செய்திருக்கக்கூடும்! இதுதான் அவருடைய இன்றைய நிலைமை. என்னையும் திருடர் கூட்டத்தில் சேர்ந்தவன் என நினைத்துப் போலீஸார் வசம் பிடித்துக் கொடுக்காமலிருந்தாரே, அந்தமட்டுக்கு நான் செய்த புண்ணியம்தான்.

கட்சியின் அனுதாபிகூட அவர் இல்லையெனவும், நம் பிரசுரங்களைக் கையால்கூடத் தொடுவதே இல்லை என்றும், கிசான் சபா பிரசுரங்கள் மாத்திரம்தான் வாங்குவதாகவும் நம் தோழர்கள் பின்னால் தெரிவித்தார்கள். அவர் கிசான் சபா வேலைகளில் ஈடுபட மாத்திரம் தயாராயிருக்கிறார் எனவும் தெரிவித்தனர்.

பஜனை மடத்தைவிட்டு, நாங்கள் காலை 3 மணிக்குள், மூன்று மைல் தூரம் நடந்து பக்கத்திலுள்ள ஒரு கிராமத்தை அடைந்தோம். எந்தப் பானத்தைப்பற்றி எண்ணியவுடனே, ஏழைத் தொழிலாளர்களுக்கு, நாளெல்லாம் உழைத்து உழைத்து உடல் நொறுங்கிப்போன எளிய விவசாயிகளுக்கு குஷியுண்டாகிறதோ, எந்த மாலையில் சில மொந்தை கள் போட்டுக்கொண்டு இந்த உலக சுகதுக்கங்களையே மறந்துவிட ஆசை தோன்றுகிறதோ, அந்த பானத்தை உற்பத்தி செய்கிறவர்கள்தான் அக்கிராமத்தில் வசித்து வந்தார்கள்.

இந்த இடத்தில்தான் மற்றொரு பதுங்குமிடம் எனக்கு ஏற்பாடு செய்யப்பட்டிருந்தது. எங்களுக்கு இடத்தைப்பற்றி எல்லா ஏற்பாடுகளும் செய்யவேண்டிய தோழர், அங்கு படுத்துக்கொண்டு குறட்டைவிட்டுக் கொண்டிருந்தார். அவரை எழுப்ப 10 நிமிடங்கள் பிடித்தன. எங்களை வரவேற்க அவர் உற்சாகமாக இல்லை எனவும், நான் தங்கவேண்டிய

இடத்தின் சாவியை அவர் கொண்டு வரவில்லை எனவும் தெரிந்த எனக்குப் பெரும் ஏமாற்றமாயிருந்தது. ஆதலால் நான் தங்கவேண்டுமென்ற நினைப்பைக் காற்றில் பறக்கவிட வேண்டியதுதான். மேலும் நாங்கள் ஒரு மைல் தூரம் நடந்து டீக்கடையை *4–15*க்கு வந்து அடைந்தோம். அது அநேகமாக திறந்த வெளிதான். அங்கு வந்ததும் ஒரு இடத்தில் படுத்துத் தூங்கிவிட்டோம். இத்துடன் முடிந்தன இன்றைய செய்திகள்.

புரட்சி வாழ்த்து,

சுந்தரராஜ்.

பதினொன்றாம் கடிதம்

1–5–47

அன்புமிக்க சாகர்,

*28–4–47*ல் நடந்தவைகளெல்லாம் நான் உனக்கு சொல்லியாகிவிட்டது. ஆதலால் மேற்கொண்டு என்ன நடந்தது எனப்பார்ப்போம். *29*ம் தேதி காலை எழுந்திருந்ததும், யாரோ ஒரு தஞ்சாவூர் மனிதர் வந்திருந்ததாகவும், இப்பொழுதுதான் அவர் குளத்திற்குப் போயிருப்பதாகவும், ஹோட்டலில் வேலை செய்யும் ஒரு பையன் என்னிடம் கூறினான். அந்த டீக்கடைக்கு வந்து சேரும்படி முன்னரே அந்த தஞ்சாவூர் மனிதருக்கு நான் செய்தியனுப்பியிருந்தேன். இரவு நான் டீக்கடையை விட்டு வெளியே சென்ற பிறகு அவர் வந்திருக்கிறார். தஞ்சாவூர் மனிதரைச் சந்திப்பதற்காக நானும் டீக்கடைத் தோழரும் குளத்தை நோக்கி நடந்தோம். எங்கள் இருவருக்கும் இருக்க இடம் தேடுவது பெரிய பிரச்னையாகிவிட்டது. நமது டீக்கடைத் தோழர் மிகவும் கெட்டிக்காரரர். அங்கே அவருக்கு நல்ல செல்வாக்கு உண்டு. கிஸான்சபா ஊழியருங்கூட. குளித்து சிற்றுண்டியெல்லாம் எடுத்துக்கொண்டபிறகு, நாங்கள் ஒரு தனிமையான இடத்திற்கு அழைத்துச் செல்லப்பட்டோம். இதுவும் ஒரு மடம்தான். இந்த மடத்தைச் சுற்றி ஒரு வீடோ, அல்லது மரமோ ஒன்றும் கிடையாது. சுற்றிலும் வயல்தான்–பரந்த வெளி. அருகில் பஸ் மார்க்கம் ஒன்று இருக்கிறது. இந்தக் கட்டிடத்திற்குச் சொந்தக்காரரர் ஒரு பெரிய மிராசுதார்.– ஒருகள்ள மார்க்கட் பேர்வழியும்கூட. மடத்தில் *250*

மூட்டைகள் வரைக்கும் அடுக்கிவைத்திருந்தார். எப் படியோ அவைகளை, என்ன தந்திரம் செய்தாவது நகரத்திற்கு அனுப்பிக்கொண்டிருப்பார். நாங்கள் யார் என்பது அவருக்குத் தெரியாது. தெரிந்துபோயிருந்தால், இக்கடிதத்தை உனக்கு நான் எழுதிக்கொண்டிருக்கமாட்டேன். பத்திரமாக வேலூர் ஜெயிலுக்குள் உட்கார்ந்துகொண்டிருப்பேன். கீழ்தளம் முழுவதும் நெல் மூட்டைகள்தான். மேல் தளத்திலும் 25 மூட்டைகள் அடுக்கி வைக்கப்பட்டிருந்தன. நாங்கள் அங்கு இருந்தபொழுது, யாராவது தானியக் கொள்முதல் ஆபீஸர், அந்தக் கிடங்கை சோதனை போட்டிருந்தால், எங்கள் கதி என்ன ஆவது? வேறு வழி இல்லாததால் அங்கு இருக்கவேண்டி நேரிட்டது. டீக்கடையிலிருந்து உணவு அனுப்பப்பட்டது. பஸ் வரும் சத்தம் கேட்டவுடன் நாங்கள் தலையைக் குனிந்துகொள்ளுவோம். ஏனெனில் மேல் தளத்தில் சுற்றியிருந்த சுவர்கள் உயரம் குறைந்தவை. அன்று நாள் முழுவதும் நான் தஞ்சாவூர் மனிதருடன் விஷயங்களைப் பேசி முடித்து, அன்றிரவே அவரை அனுப்பிவிட்டேன். அன்று தோழர் ரத் என்னைச் சந்தித்து, எனக்கு வேறு பதுங்குமிடம் தயார். செய்யப்பட்டிருப்பதாகக் கூறினார். இதைக் காட்டிலும் ஒரு நல்ல இடத்திற்குப் போகப் போகிறோம் என நான் அடைந்த சந்தோஷத்திற்கு அளவில்லை. ஆனால் நான் அடைந்த மகிழ்ச்சி எப்படிக் கானல் நீராயிற்று என்பதை அடுத்த கடிதத்தில் காண்பாய்.

புரட்சி வந்தனம்,

சுந்தரராஜ்.

பன்னிரண்டாவது கடிதம்

2–5–47

அன்புமிக்க சாகர்,

*30*ம் தேதி இரவு நான் டீக் கடைத் தோழரால் ஒரு இடத்திற்கு அழைத்துச் செல்லப்பட்டேன். அங்கே நான் இன்னொரு தோழரைச் சந்தித்தேன். அவர் எனக்கு ஒரு சைக்கிளைக் கொடுத்து அவருடன் கூடவே வரும்படி சொன்னார். நாங்கள் இருவரும் சைக்கிளில் ஏறிப் போய்க்கொண்டிருந்தோம். போகும் வழியில் ஒரு ரயில் கேட். அப்பொழுது ரயில்வரும் நேரமாதலால் ரயில் கேட் மூடப்பட்டிருந்தது. எனவே நாங்கள் இருவரும் சைக்கிளை விட்டு இறங்கி அங்கு நின்று கொண்டிருந்தோம். திடீரென்று, அத்தோழர் சைக்கிளில் குதித்தேறி கனவேகமாகப் பறக்கத்தொடங்கினார். நானும் ஏன் என்று தெரியாமலேயே அவரைப் பின் தொடர்ந்தேன். நாங்கள் போன வேகத்தில், குறுக்கே யாராவது வந்திருப்பார்களானால், அவ்வளவுதான். எங்களையும் அவரையும், ஆஸ்பத்திரியில் பார்க்க வேண்டியதுதான். நாங்கள் இம்மாதிரி பறந்து சென்று கொண்டிருந்தபொழுது எங்களைப் பின்தொடர்ந்து சி.ஐ.டி.கள் வருகின்றனர் என அத்தோழர் கூறினார். எங்கள் வேகம் முன்னிலும் அதிகரித்தது. சந்து, பொந்துகளில் நுழைந்து கடைசியாக அத்தோழரின் வீட்டை அடைந்துவிட்டோம்.

எங்களுக்கு, ஓட்டப் பந்தயத்தில் ஜெயித்த ஒருவனுக்கு வருவதுபோல, மேல்மூச்சு, கீழ்மூச்சு வாங்கிற்று. அது எல்லாம் அடங்கியபின் என்ன நடந்தது என நான்

அத்தோழரிடம் விசாரித்தேன். நாங்கள் ரயில்வே கேட்டிற்குப் பக்கத்தில் நின்று கொண்டிருந்தபொழுது, ஒரு சி.ஐ.டி. அங்கு வட்டமிட்டுக்கொண்டிருந்தானாம். சி.ஐ.டி. சைக்கிளில் வந்திருந்தானா? என நான் கேட்ட கேள்விக்குத் தோழர் 'இல்லை' எனப் பதில் கூறினார். மேலும் எந்த மனிதரை, சி.ஐ.டி. என நம் தோழர் கூறினாரோ அந்த மனிதர் எனக்கு மிகவும் சமீபமாகத்தான் நின்றுகொண்டிருந்தார். எனினும் என் முகத்தை ஒருதடவைகூட ஏறிட்டுப் பார்க்கவில்லை. ஆனால் அவன் சி. ஐ. டி.தான் எனவும் அவனை இதற்குமுன் தான் பார்த்திருப்பதாகவும், நம் தோழர் உறுதி கூறினார். ஆனால் அந்தக் குறிப்பிட்ட சி.ஐ.டிக்கு என்னைத் தெரியாது என்பது என்னவோ உண்மை. மேலும் அங்கே அகஸ்மாத்தாக வந்திருக்கவும் கூடும். எதற்கும் என்னைக் காப்பாற்றியதற்கு என் வந்தனங்களைத் தோழருக்குத் தெரிவித்துக்கொண்டேன். அவர் வெளியே சென்று பழங்களும் பாலும் வாங்கிவந்தார். ஒருவேளை நான் அடைந்த அதிர்ச்சியிலிருந்து என்னை மீட்கவோ என்னவோ!

இதெல்லாம் முடிந்தபிறகு நான் தங்கவேண்டிய புதிய இடத்தைப்பற்றி விசாரித்தேன். மத்தியானம் 2-30 மணிக்கு தோழர் ரத் அவரிடம் ஒரு பதுங்குமிடத்தைத் தயார் செய்யும்படி கூறியதாகவும், ஆதலால் அவர் பக்கத்திலிருந்த ஒரு கிராமத்தில் இடம் தயார் செய்து வைத்திருப்பதாயும் கூறினார். நமது தோழர் ஒரு மில் தொழிலாளி. ஸ்ட்ரைக்கில் பங்கெடுத்துக் கொண்டிருக்கிறார். எனக்குக் கிராமத்தில் தங்குவதற்கு ஏற்பாடு செய்யப்பட்டிருக்கும் இடம்கூட வேலைநிறுத்தத்தில் ஈடுபட்டிருக்கும் தொழிலாளியின் வீடுதானாகும். ஸ்ட்ரைக்கில் சேர்ந்துள்ள தோழரின் வீட்டில் தங்குவது அவ்வளவு உசிதமல்ல என அத்தோழரிடம் கூறினேன். எப்படி இதற்குமுன் ஒரு தடவை, நான் வேலை நிறுத்தத்தில் ஈடுபட்டிருந்த தோழரின் வீட்டில் தங்கியிருந்தேன் எனவும், நான் வீட்டைவிட்டுப் போன கொஞ்ச நேரத்திற்கெல்லாம் அத்தோழர் எப்படி கைது செய்யப்பட்டார் என்றும் விபரமாக எடுத்துக் கூறினேன். எனவே, தான்போய் தோழர் ரத்தைச் சந்தித்து விட்டுத் திரும்பி வருவதாக அத்தோழர் கூறினார். நான் மறுபடியும் டீ

கடைக்கே திரும்பிவிடுவதாகவும், முடிந்தால் அங்கு தங்குவது எனவும், இல்லையெனில் திருச்சிக்கே போய்விடுவதாகவும் ஒரு சிறு கடிதம் தோழர் ரத்திற்கு அவர்மூலம் எழுதி அனுப்பினேன்.

எனக்கு வழிகாட்டியாகவந்த தோழர் என்னை மறுபடியும் பழைய இடத்திற்கு அழைத்துச் சென்றார். அவர் ஒரு கம்யூனிஸ்ட் என அந்தப் பிரதேசம் பூராவும் நன்கு தெரியும். ஆதலால் தன் வீட்டில் என்னை வைத்துக்கொள்ள அவர் பயப்பட்டார். எனவே நான் மறுபடியும் டீக்கடைக்கே திரும்பினேன். ஆனால் டீக் கடைத் தோழர் வெளிய சென்றிருந்தார். நான் அந்த இடத்தை விட்டே போய்விட வேண்டுமென்று, ரயில்வே ஸ்டேஷனுக்குக் கூடப் போய்விட்டேன். ஆனால் நான் இங்கு செய்யவேண்டிய வேலைகளைச் சற்று நிதானமாகச் சிந்தித்துப் பார்த்ததும், மறுபடியும் ஹோட்டலுக்கே திரும்பினேன். நெல் கிடங்கின் சாவிகளை வாங்கிக்கொண்டு போய், அங்கு பேசாமல் படுத்துக்கொண்டேன். என் உடல் கோபத்தால் வெந்து கருகிக்கொண்டிருந்தது. ஆனால் அக்கோபத்தால் என்ன பிரயோஜனம்? யாரையும் நொந்து பயனில்லை.

காலையில் எழுந்ததும் நான் ஹோட்டலுக்குச் சென்று, சிற்றுண்டியை முடித்துக்கொண்டு, குளிப்பதற்காக வைகை நதிப்பக்கம் சென்றேன். முன்தினம் மாலை என்னைவிட்டுப் பிரிந்த டீக்கடைத் தோழர்; நான் குளித்துக் கொண்டிருந்தபொழுது வந்தார். எப்படியும் எனக்கு ஒரு இடம் பார்த்துக்கொடுப்பதாக அவர் உறுதியளித்தார்.

குளித்து முடிந்தவுடன், நான் ஒரு மாந்தோட்டத்திற்கு அழைத்துச் செல்லப்பட்டேன். அங்கு சாயங்காலம் வரையும் தங்கியிருந்தேன். பகலில், மதுரை, இராமநாதபுரம் கிசான் தலைவர்களைச் சந்தித்தேன். நான் வேறு ஒரு புதிய பதுங்குமிடத்திற்குச் செல்ல வேண்டுமென, தோழர் ரத்திடமிருந்து எனக்கு அன்று மாலை ஒரு சிறு கடிதம் கிடைத்தது. இக்கடிதத்தை நான் என் புதிய இடத்திலிருந்துதான் எழுதுகிறேன். என்னை விருந்தாளியாக ஏற்றுக்கொண்டவர் நமது கட்சியின் நெடுநாளைய அனுதாபி

ஒரு மத்தியதர வர்க்கத்தினர். ஏதோ ஒரு கம்பெனியில் வேலை பார்க்கிறார். கடந்த மாதம் 25ம் தேதிக்குப் பின், இன்றுதான் நான் மிகவும் நன்றாகத் தூங்கினேன். எனது இந்தப் புதிய பதுங்குமிடம் மிகவும் சௌகரியமாயிருக்கிறது. ஆனால் என்னுடன் மற்றொரு தோழரும் தங்கியிருக்கிறார்.

நமது தஞ்சாவூர் மனிதரால் சொல்லப்பட்ட ஒரு கதையை நான் உனக்குக் கூறுகிறேன், கேள்:

"ஒரு குறிப்பிட்ட நாள், நானும், இரண்டு அனுதாபிகளும் சாயந்திர வேளையில் நதியின் மணல் திடலில் உட்கார்ந்துகொண்டிருந்தோம். நான் தங்கியிருந்த கிராமத்தைச் சேர்ந்தவர்கள் தான் அவ்விரு அனுதாபிகளும். அவ்விருவர்களில் ஒருவர் வீட்டில் என் பை முதலிய சாமான்களை வைத்திருந்தேன். கிராமத்தை நோக்கி தூரத்தில் வந்துகொண்டிருக்கும், ஒரு காரின் வெளிச்சத்தைக் கண்டு, என் சாமான்களை ஒரு பத்திரமான இடத்தில் மறைத்து வைக்கும்படியாய் ஒரு அனுதாபியிடம் கூறினேன். அவர் கிராமத்திற்குப் போவதற்கு முன், கார் கிராமத்தை அடைந்து அங்கு நின்றுகொண்டிருந்தது. நமது அனுதாபி வீட்டிற்கு சென்று சாமான்களை மறைத்து வைத்துவிட்டார். ஆனால் கார் வந்த இடத்திற்குத் தானே போகாமல், ஒரு பையனைவிட்டு என்ன நடக்கிறது என்று பார்த்துவரச் சொல்லியிருக்கிறார். போலீஸ் வந்திருக்கிறதெனவும், வீட்டிற்கு வீடு சோதனை போடுகிறார்கள் எனவும் பையன் வந்து சொல்லக்கேட்ட இவர், ஏதோ ஒரு திசையை நோக்கி கம்பி நீட்டினார்.

இதற்கு மத்தியில், என்னுடன் உட்கார்ந்திருந்த மற்றொரு அனுதாபியும் தான்போய் பார்த்து வருவதாகக் கிராமத்தை நோக்கி நடந்தார். ஆனால் அவரும் காருக்கருகில் சென்று பார்க்காமல், தூரத்திலிருந்தே இதரர்களை விசாரித்திருக்கிறார். போலீஸ்காரர்கள் வீட்டிற்கு வீடு சோதனை போடுகிறார்கள் எனத் தெரிந்ததும் அவரும் உடனே அந்த இடத்தைவிட்டு வேகமாகப் போய்விட்டார்.

சிறிது நேரத்திற்குப் பின், அந்தக் கார் நான் உட்கார்ந்து கொண்டிருந்த திசையை நோக்கி வந்தது. நான் இருந்ததற்கு

சில கஜ தூரத்திற்கு அந்தப்புறம் வந்து நின்றது. காரை நதியைக் கடந்து கொண்டு போவதற்காக முயற்சிகள் செய்யப்பட்டன. காரில் இருந்தவர்கள் வேறு யாருமில்லை. சப்ளை ஆபீஸரும், அவருடைய பியூன்களுந்தான். தானியத்திற்காக வீடுகளை சோதனை போட்டுவிட்டு, ஒன்றும் கிடைக்காமல் சப்பென்று திரும்பிக் கொண்டிருந்தார்கள்.

கிராமத்தைவிட்டு ஓடிப்போன நம் அனுதாபிகள் என்ன ஆனார்கள் என்பதை அறிய நீ மிகுந்த அவாவுடன் இருப்பாய். மீதிக் கதையையும் கேள்:

"நான் கிராமத்திற்குத் திரும்பினேன். நன்கு சாப்பிட்டு விட்டு படுத்துக் கொண்டேன். மணி இரவு 10-30 ஆகியும் ஓடிப் போனவர்கள் இன்னும் திரும்பிவரவில்லை. அவர்களின் பெற்றோர்கள் தேட ஆரம்பித்துவிட்டார்கள். அவர்கள் காணாமல் போனதற்கு நான்தான் காரணம் என எங்கே என்னைக் கேட்கப்போகிறார்களோ என்று நான் பயந்து கொண்டிருந்தேன். சுமார் 11 மணிக்கு நமது வீரர்கள் திரும்பினார்கள். இவ்வளவு நேரம் எங்கு சென்றிருந்தீர்கள் என நான் கேட்டதற்கு தாங்கள் காட்டிற்கு ஓடிப் போனதாகவும், அங்கு நானும் ஒரு வேளை ஓடி வந்திருப்பேன் என நினைத்து அங்கேயே தேடித்திரிந்ததாகவும் அவர்கள் கூறினார்கள். எனக்கு எவ்விதத் தகவலும் கொடுக்காமல் ஓடிவிட்டதற்காக அவர்களை நான் கண்டித்தேன். அதற்குப்பின் எப்பொழுதாவது நான் அந்த சம்பவத்தைப்பற்றி பேச ஆரம்பித்தால், அவர்களிருவரும் வெட்கமுடன் அண்ணே, அண்ணே, அதை மன்னிச்சுடுங்க என்று கூறுகிறார்கள் என்று தஞ்சாவூரார் தன் கதையை முடித்தார்.

எப்படியிருக்கிறது இந்தக் கதை? உண்மையாகவே ருசிகரமான கட்டந்தான்.

புரட்சி வந்தனம்,

சுந்தரராஜ்.

பதின்மூன்றாவது கடிதம்

5–5–47

அன்புள்ள சாகர்,

கவர்னரின் இடத்திற்கு நான் சென்றதைப்பற்றி உனக்குத் தெரிவிப்பதற்கு நான் மறந்துவிட்டேன். எப்படி தோழர் கோலார் தங்கம் கைது செய்யப்பட்டார் என நமது தெ.ஆ. ஜில்லாத் தோழர்கள் எனக்கு விளக்கமாகக் கூறினார்கள். அத்தோழர் சரியான எச்சரிக்கையுடன் இருக்கவே இல்லையாம். அரசியல் அரங்கில் எந்தவிதமான மாறுதலும் எற்படாதது போல கவர்னரின் இடத்தில் பகிரங்கமாக தங்கிக் கொண்டிருந்தாராம்.

புதிய மந்திரிசபை நம்மைப்பற்றிய கொள்கைகளை மாற்றிக் கொண்டிருக்கிறது அல்லது தன்னைக் கைது செய்யாது எனவும் அவர் நினைத்திருக்கக்கூடும். எது எப்படியிருந்தாலும் அவர் இப்பொழுது பத்திரமாக வேலூர் கோட்டைக்குள் இருக்கிறார். எப்படி கைது செய்யப்பட்டார் என்பதைக் கவனிப்போம். நமது தோழர் கவர்னரின் இடத்தைவிட்டுப் புறப்பட்டு பஸ்ஸில் ஏறியிருக்கிறார். அவரைச் சுற்றியே வட்டமிட்டுக் கொண்டிருந்த சி.ஐ.டி.யும் பின்தொடர்ந்திருக்கிறான். இவர் எதையும் பற்றி சந்தேகப்படவே இல்லை. பஸ் மதுராந்தகம் அடைந்ததும், பஸ் நிறுத்தப்பட்டு இவர் போலீஸ் ஸ்டேஷனுக்கு அழைத்துச் செல்லப்பட்டார். ஒன்றும் கூற முடியாமல் தன் புதிய இடத்திற்கு அவர் சென்றார். ஒழுங்கு, அமைதியை தங்கள் புஜங்களிலேயே சுமந்து கொண்டிருக்கும்

போலீஸ்காரர்களின் இந்தச் செய்கைக்கு எதிராக பஸ் டிரைவர் ஆட்சேபித்தார். அவரால் என்ன செய்ய முடியும்? பஸ் மறுபடியும் கிளம்பியது.

இந்தச் செய்தியைக் கேட்ட நான் மிகவும் எச்சரிக்கையடைந்தேன். ஆதலால் நான் கவர்னரின் இடத்தைச் சுற்றி வளைத்துப்போய் சேர்ந்து பத்திரமான இடத்திற்குச் சென்று விட்டேன். எனக்கும் ஸ்தல கட்சிக்கும் தொடர்பு கொடுக்கக்கூடிய தோழரைப்பற்றி அங்கு விசாரித்தேன். என்னை யார் என்று அறியாத அவர்கள், போலீஸ் ஸ்டேஷனுக்கு அருகில் சென்று விசாரிக்கச் சொன்னார்கள். மிகவும் நல்ல யோசனைதான்; போலீஸ் ஸ்டேஷன் அருகில் சென்று தேடு! சிங்கத்தின் வாயிலிருந்து தப்பியோடும் ஓர் மனிதனை பத்திரமாக இருக்க சிங்கத்தின் குகைக்குச் செல்லும்படி சொல்லுவது போலிருந்தது. நான் பகிரங்கமாக ஒரு இடத்திற்குச் சென்று என் தொடர்பைக் கண்டு, போகவேண்டிய இடத்திற்குச் சென்றடைந்தேன்.

கவர்னரின் இடத்திலுள்ள தோழர்களை ஒரு இடத்தில் கூடும்படி செய்ய மூன்று நாட்களாயின. கூட்டத்தில் அநேக விஷயங்கள் விவாதிக்கப்பட்டன. அரசியல் தெளிவு சரியாக அந்த யூனிட் பெற்றிருக்கவில்லை. ஆனால் ஒரு தோழர் மாத்திரம் மிகவும் கூர்ந்து கவனித்து, விஷயத்தை ஒரு நொடியில் கிரஹித்துக்கொள்பவராக இருந்தார். ஆனால் அவர் ஒரு தடல்புடல்காரர். எனவே அவர் செய்யும் ஒவ்வொரு விஷயத்துக்கும், அவரை இதர தோழர்கள் கேலி செய்து, கோட்டாபண்ணுவதுதான் வழக்கமாயிருக்கிறது.

இங்கு தொழிலாளி வர்க்கம் முழுவதும் நம் பக்கமே இருக்கிறது. மிகவும் பலம் வாய்ந்த ஸ்தாபனமாக நமது கக்ஷி விளங்குகிறது. எதிர்ப்பு மிகவும் குறைவு. இது நம் தோழர்களை வீண் பெருமைக்குக் கொண்டு சென்றிருக்கிறது. இதரர்களின் அபிப்பிராயங்களைப் பொறுமையுடன் கேட்க இவர்கள் தயாராக இல்லை. பிடிவாதமான 'செக்டேரியன்'களாக இருக்கிறார்கள். இவர்கள் செக்டேரியனிஸத்திற்கு ஒரு முக்கிய உதாரணம் குறிப்பிடுகிறேன்.

நான் அங்கு இருந்தபொழுது, சட்டசபைக் கூட்டம் நடந்து கொண்டிருந்தது. தாய்நாட்டில் இருப்பதைப்போல், நிலத்தில் விளைவதில் 30 சதவிகிதம் நிலச் சொந்தக்காரனுக்கு குத்தகை கொடுத்தால் போதும் என ஒரு மசோதாவைக் கொண்டுவர விண்ணப்பம் சமர்ப்பித்தார் ஒரு காங்கிரஸ் எம்.எல்.ஏ. "யாரும் என் மசோதாவை ஆதரிக்கமாட்டார்கள், நீங்கள்தான் ஆதரிக்கவேண்டுமென" அவர் நம் தோழர்களின் உதவி கோரி வந்தார். நமது தோழர்கள் என்ன செய்தார்கள் தெரியுமா? அத்தீர்மானத்தை ஆதரிக்கவில்லை. தட்டிக்கழித்து தாமதப்படுத்தும் தந்திரத்தை அனுஷ்டித்தார்கள். அந்தமட்டுக்காவது காங்கிரஸ்மேல் உள்ள தங்கள் கோபத்தால் அதை எதிர்க்காமல் இருந்தார்களே!

இதைப்பற்றி ஒரு தோழரிடம் விசாரித்தபொழுது, "நாம் இதுவிஷயமாக போதுமான அளவு ஜனங்களிடையில் பிரசாரம் செய்யவில்லை. எனவே நாம் முதலில் நன்கு பிரசாரம் செய்து கொண்டு, பின் இந்த தீர்மானத்தைக் கொண்டுவந்தால், நாம்தான் இதற்காகப் போராடி வெற்றிபெற்றோமென ஜனங்கள் நம்மைப் பற்றி மிகவும் உயர்வாக நினைத்து மரியாதை செலுத்துவார்கள். என்று அவர் தெரிவித்தார். "நாம் காங்கிரஸ் எம்.எல்.ஏ.யை ஆதரித்து உதவி செய்தால், இதை உபயோகப்படுத்திக்கொண்டு அவர்கள் தங்கள் செல்வாக்கைப் பரப்புவார்கள்" என்றும் எடுத்துக் கூறினார். ஜனங்களிடையே செல்வாக்கடைய எத்தகைய குறுக்கு வழியைக் கண்டுபிடித்திருக்கிறார்கள் நம் தோழர்கள்!

இம்மாதிரியான கொள்கை நம் கட்சிக்கே மிகவும் அபாயகரமானது என நான் அவர்களுக்கு விளக்கிக் கூறினேன். நான் மேலும் சொன்னதாவது? "இப்பொழுதுதான் காங்கிரஸின் மதிப்பு உயரும். உழுபவருக்குத்தான் நிலம் சொந்தம் எனப்பேசும் கம்யூனிஸ்டுகள்கூட தன் இந்தக் குறைந்தபக்ஷ ஏற்பாட்டையும் ஆதரிக்க முன்வரவில்லையென அக்காங்கிரஸ் எம்.எல்.ஏ. மக்களிடையே பிரசாரம் செய்வார். ஆனால் நீங்கள் இதை ஆதரித்து இடிமுழக்கம் செய்திருந்தால் செல்வாக்கு முழுவதும் நம்மையே அடையும். கம்யூனிஸ்டுகள் தான் தன் தீர்மானத்தை ஆதரித்தார்கள்

என அவர் ஜனங்களிடையே பேசுவார். இது ஒரு கூட்டு முன்னணிக்குக்கூட வழிகோலக்கூடும்.

கம்யூனிஸ்டுக் கட்சியைத் தவிர, வேறு எந்தக் கட்சியும் சோஷலிஸத்தைப் பற்றிப் பேச நம் தோழர்கள் விரும்பவில்லை. பி.ஹி. ஜோஷியைத் தவிர வேறு யார் மூலமாக சோஷலிஸம் வந்தாலும் அதை ஒப்புக்கொள்ள நம் தோழர்கள் தயாராயில்லை. யாராவது சோஷலிஸத்திற்குப் போராட முன்வந்தால், நம் தோழர்கள் அதை எதிர்ப்பார்கள் எனத் தோன்றுகிறது. எப்பேர்ப்பட்ட வீழ்ச்சி? நாம் எந்தப் படுகுழியை நோக்கிப் போய்க்கொண்டிருக்கிறோம். அநேக உதாரணங்கள் மூலமாக எப்படி அவர்களுடைய பாதை தவறானது என எடுத்துக் காட்டினேன். அவர்கள் தங்கள் தவறான வழியை உணர்ந்துகொண்டார்களென எண்ணுகிறேன்.

கைத்தறி நெசவாளர்கள் வசிக்கும் ஒரு பிரதேசத்திற்கு நான் நேற்று ஒரு தோழரை சந்திப்பதற்காகப் போயிருந்தேன். நரகக் குழிதான் அப்பிரதேசம் முழுவதும். 9 அடி அகலமும், 12 அடி நீளமுமுள்ள குகைகள் போன்ற சின்னஞ் சிறு குடிசைகள். மூச்சு விடுவதற்குக்கூட காற்று விலைக்குத்தான் வாங்கவேண்டும். ஒவ்வொரு குடிசையிலும், சுமார் 6 அல்லது 8 பேர் அடங்கிய குடும்பம் ஒன்று வசிக்கிறது. இந்த லக்ஷணத்தில் ஒரு மூலையில் கைத்தறி வேறு. இந்தக் கொடிய வறுமையில் உழன்றுகொண்டிருந்தாலும் 'மே' தினக் கொண்டாட்டத்திற்காக செங்கொடிகளை ஏற்றவும் செங்கொடித் தோரணங்கள் கட்டவும் இவர்கள் தங்கள் குறைந்த வருவாயிலிருந்து சிறிது பணத்தை ஒதுக்காமலில்லை. இந்தப் பிரதேசத்தில் எங்கு நோக்கினும் செங்கொடிமயம். நான் ஒரு சந்து வழியாகப் போய்க்கொண்டிருந்தேன். கிழிந்த பாய்களில் அரை நிர்வாணமான மனித உருவங்கள் வெளியே படுத்துக்கொண்டிருந்தன அப்பொழுது ஒரு தாய் தன் குழந்தையைத் தூங்கவைக்க ஒரு தாலாட்டு பாடிக்கொண்டிருந்தாள். அத்தாலாட்டின் பொருள் என்ன தெரியுமா? "கப்பலில் வெள்ளையன் ஏறாமல் என் ரத்தினமே –கவலையற்றிருப்பது எப்படி நாம்." ஒரு சாதாரண ஸ்திரீயிடமிருந்து இதைக் கேட்க என் உள்ளம் புளகாங்கித

மடைந்தது. அடக்கி ஒடுக்கப்பட்ட பெருவாரியான மக்களிடையேயும், ஏகாதிபத்திய எதிர்ப்பு உணர்ச்சியைத் தூண்டி எழும்படி செய்த பெருமை நம் செங்கொடியையே சாரும். திரண்டெழும் இந்த ஜனசக்தியை தடுத்து நிறுத்த யாரால் முடியும்? மக்களின் சக்தியை, போலீஸ் ராணுவம் முதலியவற்றைக்கொண்டு, சுட்டு வீழ்த்தி, நசுக்கி ஒழித்துவிட முடியும் என நினைக்கும் கயவர்களைப் பற்றி என்ன சொல்லுவது? மக்களின் அணையாத இந்த ஆவேசம்தான் வருங்காலத்திற்கு நம் வழியைக் காட்டுகிறது. நாம் போராடி முன்னேறுவது நிச்சயம்.

புரட்சி வாழ்த்துகள்,

சுந்தரராஜ்.

பதினான்காவது கடிதம்

18–5–47 (12–5–47)

அன்புமிக்க சாகர்,

நான் எனது முந்திய கடிதத்தில், நகர வாழ்க்கையின் அனுபவங்களையும்,உன் நண்பர் நடந்துகொண்டவிதம் பற்றியும் எழுதியிருந்தேன். இந்தக் கடிதத்தில் அதற்குப் பிறகு நடந்த சம்பவங்களை எடுத்துக் காட்டுகிறேன்!

ஐந்தாம் தேதி இரவு, தோழர்களுக்கு எனது அரசியல் ரிப்போர்ட்டைக் கொடுத்தேன். அவர்களில் அநேகம் பேர் மோஹனுடைய ரிப்போர்ட்டையும் கேட்டவர்கள். இரவு முழுவதும் நான் உட்கார்ந்து விழித்துக்கொண்டிருக்க நேரிட்டது. காலையில் சர்க்கார் உத்தியோகத்திலிருக்கும் ஒரு மத்தியதர வர்க்கத்தைச் சேர்ந்த ஒரு அனுதாபியின் வீட்டிற்குச் சென்று அங்கேயே மாலை வரையில் தங்கியிருந்தேன். அவர் என்னை ரயில்வே ஸ்டேஷனுக்கு அழைத்துச் சென்றார். 7–ம் தேதி நடக்கப் போகும் கட்சியின் ராமனாதபுரம் ஜில்லா கமிட்டியின் கூட்டத்திற்கு நான் போக வேண்டியிருந்தது. ஸ்டேஷனில், இரண்டு ஸி.ஐ.டி.கள் எனக்கு முன்னால் நின்றுகொண்டிருப்பதைப் பார்த்தேன். அவ்வளவுதான், ஆபத்து நெருங்கிவிட்டதென நினைத்தேன், அவ்விடத்தைவிட்டு ஒரே ஓட்டமாக ஓடிவிடலாமா என ஒரு எண்ணம் தோன்றியது. ஆனால் ஓடிவிட்டால் மறுநாளைய வேலைத் திட்டம் என்ன ஆவது? அதுவுமல்லாமல், நான் ஓடுவது கண்டு ஸி.ஐ.டி.கள் கூச்சல் கிளப்பி என்னை விரட்டிப் பிடித்துவிட்டால், நான் ரயிலை விட்டுவிட்டேனானால்

எனது முழுத்திட்டங்களும் உருக்குலைந்து போகும். அந்த ஒரு நிமிஷத்தில் பீதி, பயம், உணர்ச்சி எல்லாம் ஒருங்கே சேர்ந்து என்னைத்தாக்கின. எனது நினைவு பல்வேறு திசைகளில் சிதறி ஓடியது. தலை சுழன்றது. ஒன்றுமே புரியவில்லை எனக்கு. என் நிலைமையில் இருந்திருந்தால், நீ என்ன செய்திருப்பாயோ எனக்குத் தெரியாது. கடைசியாக ரயிலேறிச் செல்ல துணிந்துவிட்டேன்.

ரயில் வருவதற்கு சிறிது நேரமிருந்தது. அந்த ஸி.ஐ.டி.கள் எனக்காகத்தான் மோப்பம் பிடித்து வட்டமிட்டுக்கொண்டு திரிகின்றனரா என்பதை அறிய விரும்பி அங்குமிங்கும் மெதுவாக நான் நடக்க ஆரம்பித்தேன். ஆனால் அவர்கள் என்னைப் பார்க்கக்கூட இல்லை. எனக்கு இப்பொழுதுதான் உயிர் வந்தது. ஒரு பெருமூச்சுடன், மனதும் தன் நிலையை அடைந்தது. நான் அவர்களை அடையாளம் தெரிந்துகொண்டேன். ஆனால் அவர்கள் என்னைக் கண்டுகொண்டால்தானே?

ரயில் வந்துவிட்டது. சித்திரைத் திருவிழாவிற்காகப் பெருங் கூட்டமிருந்ததால், நான் டிக்கெட் வாங்க முடியவில்லை. எனவே டிக்கெட்டில்லாமலேயே வண்டியில் ஏறிக்கொண்டேன். டிக்கெட்டில்லாத பிரயாணம், இதுவும் ஒரு புது அனுபவந்தான்.

குறிப்பிட்ட இடத்தில் நான் ரயிலை விட்டிறங்கி, எனக்காகக் காத்துக் கொண்டிருந்த தோழரைச் சந்தித்தேன். நாங்கள் 2 மைல் தூரந்தான் நடக்க வேண்டியிருக்கிறதென, அத்தோழர் கூறினார். ஆனால் நாங்கள் நடந்த தூரம் ஆறு மைலுக்குக் குறையாது. மறுபடியும் அங்கிருந்து, நம் கூட்டம் நடக்கப் போகும் கிராமத்திற்கு, இரண்டு தோழர்களுடன் புறப்பட்டேன். கிராமத்தை நாங்கள் அடைந்தபொழுது, இரவு சுமார் மணி 11 இருக்கும். நாங்கள் அங்கு வருவதற்கு முன்னரே இதர தோழர்களும் வந்திருந்தார்கள்.

இந்தக் கிராமம் நம் செங்கொடியின்கீழ் உள்ளது. கிஸான் அரங்கத்தில் முழு நேர ஊழியராக இருக்கும் நம் கட்சித் தோழர் ஒருவரின் வீட்டில்தான் கூட்டம் நடக்க ஏற்பாடுகள் செய்யப்பட்டிருந்தன. இந்தத் தோழர் சற்று

நிலபுலங்கள் படைத்த பணக்காரர்தான். சமீபத்தில்தான் இவருக்கும், இவர் தம்பிக்கும் பாகப் பிரிவினை ஆயிற்று. இவர் பங்குக்கு வந்த வீட்டில்தான் கூட்டம் நடந்தது. ஆனால் இவர் குடும்பத்துடன் இன்னும் அங்கே குடி வரவில்லை. ஆதலால் கிரஹப் பிரவேச வைபவம் தலைமறைவாக அலைந்து திரியும் எங்களால்தான் நடத்தி வைக்கப்பட்டது என வைத்துக்கொள்ளலாம்.

நாங்கள் எல்லோரும் இருட்டின பிறகுதான் கிராமத்திற்குள் நுழைந்தோம். அதுவும் வீடு கிராமத்தின் ஒரு கோடியில் இருப்பதால் எங்களுக்கு மிகவும் வசதியாகப் போய்விட்டது. ஏன் நாங்கள் இரவு நேரத்தில் ஊருக்குள் போகவேண்டி நேர்ந்தது தெரியுமா? இங்கே ஒரு சிலருக்குக் கம்யூனிஸ்டுகளைக் கண்டால் பிடிப்பதில்லை. ஏன்? அரசியலை அலசி ஆராய்ந்து அவர்களுக்குப் பிடிக்காமல் போய்விடவில்லை. அரசியலில் அவர்களுக்கு அ, ஆ கூடத் தெரியாது. பிடிக்காத பெரிய மனிதர்கள் எல்லோரும் அக்கிராமத்தில் சிறிது வசதியான வாழ்க்கையை நடத்தும் பணக்காரர்கள். அந்தக் கோஷ்டியில் ஒரு ரேஷன் கடைக்காரனும் உண்டு. இவர்கள் எல்லோரும்கூடி, தானியத்தைக் சேமித்து கள்ள மார்க்கெட் விவகாரங்களில் மிகவும் தீவிரமாக முனைந்து நின்றார்கள். நமது கட்சி அவர்களுடைய வண்டவாளத்தை சந்தி சிரிக்க வைத்தது. அவர்களும் சர்க்காரால் தண்டிக்கப்பட்டனர். இந்தக்கள்ளமார்க்கெட் உலுத்தர் கூட்டத்திற்கு பிறகு நம்மைக் கண்டால் எப்படிப் பிடிக்கும்? எங்கே சட்டத்தையும், ஒழுங்கையும் நிலை நாட்டும் பொருட்டு இத்திருக்கூட்டத்தைச் சேர்ந்த எவனாவது போலீஸாரை அழைத்துவந்து விடப் போகிறானோ எனப் பயந்து தான் நாங்கள் இரவு வேளையில் கிராமத்திற்குள் நுழைந்தோம். ஆதலால் நாங்கள் இரவு முழுவதும் வீட்டிற்குள்ளேயே இருந்து எங்கள் வேலைகளைத் தொடர்ந்து நடத்தினோம். இந்தத் தோழரின் குடும்பம் முழுவதுமே நம் கட்சிக்கு அனுதாபமாக இருக்கிறது. இவருடைய மனைவியாருக்கும் நம் கட்சியின்மீது மாறாத பற்று உண்டு. ஆனால் சிறிது அதிக பண ஆசை உடையவர். என்ன இருந்தாலும் விவசாயப் பெண் அல்லவா? இவருக்கு இரு குழந்தைகள். நம் கட்சியின் ஸ்லோகங்களை வாய்

அலுக்காமல் கூவிக் கொண்டிருப்பதுதான் அவைகளின் வேலை.

நாங்கள் மொத்தம் பத்துப் பேர் இருந்தோம். நம் தோழர் ஒரு மத்தியதர வர்க்க விவசாயியாதலால், எங்கள் எல்லோருக்கும் காலையில் இட்லியும் காபியும், மத்தியானம் நல்ல சாப்பாடும் கிடைத்தது. மாலை 6 மணிக்குள் எங்கள் வேலை முடிந்துவிட்டதால், எல்லாத் தோழர்களும் அவ்விடத்தைவிட்டுப் போய்விட்டார்கள். நான் மாத்திரம் அன்றிரவும் தங்கினேன். நான் நம் தோழரின் தம்பியுடன் சிறிது சம்பாஷணை செய்து கொண்டிருந்தேன். இவர் வீட்டில் கோபித்துக்கொண்டு ராணுவத்தில் போய்ச் சேர்ந்தாராம். ராணுவத்தில் நடக்கும் அநியாயங்களைக்கண்டு பொறுக்க முடியாமல், இதரர்களுடன் சேர்ந்து போராடினார். கைமேல் பலன் கிடைத்தது. ராணுவத்திலிருந்து டிஸ்சார்ஜ் செய்யப்பட்டார். நான் அவருடன் சிறிது நேரம் பேசியதன் விளைவாக, கட்சி நிதிக்கு ரூ.15–ஐ அவர் கொடுக்கும்படி செய்தேன். இரவு சாப்பாட்டிற்கு மறுபடியும் தோழரின் வீட்டிற்குச் சென்றேன். தனது மனைவிக்குப் பணத்தின்மேல் சிறிது அதிக ஆசை யிருப்பதாகவும், அவளிடமும் கட்சி நிதிக்கு நான் பணம் வசூலித்து விடவேண்டுமெனவும் அவர் தெரிவித்தார்.

நான் தோழரின் மனைவியாரை இதற்கு முன் ஒன்றிரண்டு தடவைகள் தான் பார்த்திருக்கிறேன். எனவே உணவு பறிமாறப் பட்டபொழுது மெதுவாக விஷயத்தை ஆரம்பித்தேன். "பிராமணன் வெறும் உணவால் மாத்திரம் திருப்தி அடைய மாட்டான். தக்ஷணையும் கிடைத்தால்தான் அவன் ஆத்மா திருப்தி அடையும் என மெதுவாக அவர்களிடம் பேச்சைத் தொடங்கினேன். இதற்குள், இன்னொரு கிராமத் தோழர் மத்தியில் குறுக்கிட்டு, கம்யூனிஸ்டுகள் பிராமணரைப் பற்றிக் கவலை கொள்ளுகிறார்களா?" எனக் கேள்வி கேட்டார். பிராமணீயத்தின் நோக்கம் மக்களுக்கு சேவை செய்வதுதான் எனக் கூறப்படுவதால் கம்யூனிஸ்டுகள் தான் பிராமணர்கள். கம்யூனிஸ்டுகள் உண்மையான உயர்ந்த பிராமணர்களாக இருப்பதால் ஒரு சில காசுகளை தக்ஷணையாக ஏற்றுக்கொள்ள மாட்டார்கள். அதிக தக்ஷணை

கிடைத்தால் தான் கம்யூனிஸ்டுகள் உண்மையான திருப்தி அடைவார்கள் என அத்தோழரிடம் கூறினேன்.

இந்த தமாஷான பேச்சுக்கள் எல்லாம் முடிந்த பிறகு "நான் தான் என் கணவரையே கக்ஷிக்குக் கொடுத்துவிட்டேனே. இப்பொழுதெல்லாம் நானே காட்டிற்குப்போய் வேலை வெட்டிகளைப் பார்த்துக்கொள்ள வேண்டியிருக்கிறது" என நம் தோழரின் மனைவியார் கூறினார்.

"நீங்கள் இப்பொழுது குடும்பத்தின் பொறுப்பாளியாகிவிட்டீர்கள். சுதந்திரம் கிடைத்து விட்டது உங்களுக்கு. இதற்காக கக்ஷிக்கு வந்தனம் தெரிவிப்பதோடல்லாமல், கைநிறைய அள்ளி அள்ளி அல்லவா பண உதவி செய்யவேண்டும். கிராமத்தின் இதரப் பெண்களைப்போல நீங்கள் சின்னஞ்சிறு வேலைகளுக்குக்கூட கணவனின் கையை எதிர்பார்க்கவேண்டியதே இல்லை. வீட்டுப் பொறுப்பை நீங்களே ஏற்றுக்கொண்டதால் உங்கள் கணவருக்கு கக்ஷி வேலையும், கிஸான்சபா வேலையும் மேலும் மேலும் செய்ய சர்வ சுதந்திரமும் அளித்து அவரைத் தூண்டவேண்டும். அவர் வீட்டிற்கு வந்தவுடன் சாப்பாடு போட்டு கையில் காசுகொடுத்து மக்களுக்காக சேவை செய்யப் போங்கள் என வீட்டை விட்டு விரட்டவேண்டும்" என நான் நீண்டதோர் உபதேசம் செய்தேன்.

மகசூலில் நஷ்டம் ஏற்பட்டுவிட்டது. அந்த வேலை நடக்கவில்லை, இந்த வேலை இன்னும் செய்யவில்லையென் சிறிது முணுமுணுத்துக்கொண்டே கக்ஷிக்காக ரூ. 4 கொடுப்பதாக ஒப்புப் கொண்டார். ஆனால் நான் ரூபா பத்துக்கு குறைவாக ஏற்கக் போவதில்லையென உறுதியாகக் கூறியவுடன், ரூ.10 கொடுப்பதாக ஒப்புக்கொண்டார். ஒரு நாள் இராத்திரியே கக்ஷி நிதிக்காக இருவரிடம் பேசி ரூ.25 சேர்த்துவிட்டேன். நான் இப்பணத்தை எதிர்பார்க்கவே இல்லை.

இவர்கள் சாதித்த ஒரு மகத்தான காரியத்தைக் கட்டாயம் நான் கூறவேண்டும். அவர்களுடைய சமயோசிதமான புத்தியும் தைரியமான உடனடி நடவடிக்கையும் சி. ஐ டி.க்களின் கையில் சிக்கிய நம் கக்ஷியின் ஜில்லாக் கமிட்டித் தலைவரைக் காப்பாற்றின.

அந்த ருசிகரமான சம்பவம் இதுதான்:

ஜனவரி மாதம் 23ந் தேதி, மாகாணத்தின் பல பாகங்களிலும் நம் தோழர்களை விழுங்க போலீஸார்கள் கூட்டங் கூட்டமாக சந்துபொந்துகள் பாக்கியின்றி தேடித் திரிந்ததை நீ அறிவாய். அம்மாதிரியே இந்த ஜில்லாத் தலைவரையும் கௌவிப் பிடிக்க பின்தொடர்ந்துவந்தது ஒரு கூட்டம். நமது ஜில்லாத் தோழர் இக்கிராமத்திற்குள் நுழைந்து, நம் தோழரின் வீட்டிற்குள் புகுந்து கொண்டார். உடனே வேட்டை நாய்களும் வீட்டை வளைத்துக் கொண்டன. கழுகுமாதிரி, வாசலுக்கருகிலேயே தாழ்வாரத்தில் வந்து ஒன்று உட்கார்ந்துகொண்டது. அச்சமயம் நம் தோழர் வீட்டிலில்லை. கிராம அதிகாரியை அழைத்துவந்து வீட்டைச் சோதனை போட வேண்டுமென சி. ஐ. டி.க்கள் கூறின. தன் கணவர் இல்லாமல் யாரையும் வீட்டிற்குள் விடமாட்டேன் என திட்ட வட்டமாக தோழரின் மனைவியார் கிராம முன்சீப்பிடம் கூறிவிட்டார். கிராம முன்சீப்பும் சி.ஐ.டி.களும் திரும்பிவிட்டார்கள்.

இப்பொழுதுதான் ஒரு மகத்தான வேலையைத் தன் சமயோசித புத்தியால் அந்த அம்மையார் சாதித்தார். அது என்ன, எப்படி என்று உன்னால் கற்பனைகூட செய்யமுடியாது.

அந்த சி.ஐ.டி. தெருத் தாழ்வாரத்தில் உட்கார்ந்து வீட்டுக் கதவை உற்றுநோக்கிக்கொண்டிருந்தான். அப்போது அந்தப் பெண் மணி அவனுக்கு அருகிலிருந்த தூணில் கையை ஊன்றிக்கொண்டு அவன் பார்வை கதவில் விழாதபடி மறைத்து நின்றார். அப்பெண் மணியின் இளமையையும் அழகையும் தீக்ஷண்யமான பார்வையையும் கண்ட அவன் தலையை நிமிர்ந்து பார்க்க மனோதிடமின்றி வேறுபக்கம் முகத்தைத் திருப்பிக்கொண்டான். இதுதான் சமய மென்றெண்ணி நமது ஜில்லாத் தோழர் மெதுவாக நழுவி விட்டார்.

சிறிதுநேரத்திற்குப் பின் அவர் கணவர்–நம் தோழர் – வீட்டிற்குத் திரும்பினார். அவர் வந்த பிறகு கிராம

முன்சீப்புடன், போலீஸார் நம் தோழரின் வீட்டை சல்லடை போட்டுச் சலித்தனர். வீட்டிற்குள்ளே போய் விட்டங்களை எண்ணவேண்டியது தான். பிறகு என்ன செய்வது? யாரையும் காணாமல் பரிபூர்ணமாக ஏமாற்றமடைந்து, பேச்சுமூச்சில்லாமல் வந்தவழி பார்த்துத் திரும்பிவிட்டனர்.

வீட்டைச்சுற்றியிருந்த வேட்டை நாய்கள் எப்படி நம் தோழரை நழுவ விட்டுவிட்டன என உனக்கு ஆச்சரியமாக இருக்கலாம். அவைகள் தம் உடலில் மொய்த்துக்கொண்டிருந்த ஈக்களை தம் வாலினால் ஓட்டிக்கொண்டிருந்திருக்கலாம். ஒருவேளை அபாரமான மூளைத் திறமையுடன் துணிவாகச் செய்யப்பட்ட இந்தப் பெண்மணியின் செயலைப்பற்றி நீ என்ன நினைக்கிறாய்? இது ஒப்புயர்வற்றது. இம்மாதிரி துணிவுடன் சமயோசிதமாக காரியங்கள் செய்பவர், நம் கக்ஷிக்குள் நாளுக்குநாள் அதிகமாக வந்து குவியவேண்டும். இந்த சம்பவத்திற்குப் பின், நம் ஜில்லாத் தலைவர்களின் மேல் இருந்த மட்டற்ற மரியாதை நம் தோழரின் மனைவியாருக்கு இன்னும் அதிகரித்தது.

மறுநாள் காலை 10-30 மணிக்கு, ஒரு பாத்திரம் நிறைய பாலும், நல்ல கெட்டியான தயிரும், நல்ல சாதமும் கிடைத்தது. பாலையும், நல்ல கெட்டியான தயிரையும்பற்றி நான் சொல்லும் போதே, உன் நாக்கில ஜலம் ஊறும் என எனக்கு நன்றாகத் தெரியும். சாப்பாட்டை முடித்துக்கொண்டு, 5 மைலுக்கப்பாலிருந்த ரயில்வே ஸ்டேஷனுக்கு பொசுக்கும் வெயிலில் வியர்க்க விறு விறுக்க நடந்துசென்றேன். பாலையும், தயிரையும்பற்றி சொன்ன பொழுது, நாக்கில் ஜலம் ஊறிய உனக்கு, பொசுக்கும் வெயிலையும், கடினமான பாதையையும் தூரமான ஸ்டேஷனையும் பற்றிச் சொல்லும்பொழுது என்மீது சற்று இரக்கம் உண்டாகும் என்பதும் நான் அறிவேன். பாலும், தயிரும் குடித்தால் வெயிலில் நன்கு கஷ்டப்பட்டு வேலை செய்துதான் ஆகவேண்டும் என்பது எவ்வளவு பொருத்தமானது. காணம் தின்னும் வாய், கடிவாளமும் கௌவவேண்டும்.

அன்று ரயில் தாமதித்து வந்ததால் நான் 4½ மணி நேரம் ஸ்டேஷனிலேயே உட்கார்ந்திருக்க நேரிட்டது. டிக்கட் வாங்கு

வதும் சுலபமான விஷயமல்ல. காலையில் சாப்பிட்டவுடன் 5 மைல் தூரம் நடந்து வந்திருந்ததால் மாலை 4 மணிக்கே பசி வயிற்றைக் கிள்ள ஆரம்பித்துவிட்டது. எனவே ஸ்டேஷனுக்கருகிலிருந்த ஒரு ஹோட்டலுக்குச் சென்றேன். உன் இனத்தைச் சேர்ந்தவன்தான் அந்த ஹோட்டல் வைத்திருந்தான்; ஆனால் இப்பொழுது அவன் உன் இனத்தைத் சேர்ந்தவனல்ல என வழக்குப்பேசலாம். ஏனெனில் ஜின்னா சாஹேப்தான் அவனுடைய மனதில் அவன் வேறு ஒரு தேசிய இனத்தைச் சேர்ந்தவன் என்ற மருந்தை செலுத்தியிருக்கிறாரே; உன்னுடைய தேசீய இனத்தின் நடுமத்தியில் "மாப்ளாஸ் தான்" கோரிக்கையை எழுப்பியிருக்கிறார்கள் அல்லவா அவர்கள்.

தேசீய இனப் பிரச்சினையில் நாம் ஆழ்ந்துபோக வேண்டாம். தமிழர்களுக்குத் தன் சாயாவின் மூலம் சேவை செய்வதற்காக தன் அன்பான மனைவி மக்களை, நாடு நகரங்களைவிட்டு, 500 மைல் தூரம் வந்து இங்கு ஒரு ஹோட்டல் வைத்திருக்கிறான் என்பது என்னமோ உண்மை. நீ கையில் காசுடன் உள்ளே நுழைந்தால் மட்டற்ற மரியாதை, உபசாரங்கள் எல்லாம் நடக்கும். இல்லையானால் வாசற்படியைக் காண்பிக்கும் அவன் கை.

"ஏதாவது சாப்பிடுவதற்கு இருந்தால் கொண்டுவாப்பா" என்று ஹோட்டல் பையனிடம் கூறினேன். சார், முட்டகோஸ் இருக்கிறது; கொண்டு வரட்டுமா எனச் சிறுவன் கேட்டான். 'முட்டகோஸ்' ஒரு பலகாரத்தின் பெயர் என்று நான் இதுவரையிலும் கேள்விப்பட்டதில்லை. தமிழில் முட்டகோஸ் என்றால் ஒரு வகையான காய்கறியைக் குறிக்கும். எப்படி வெறும் கீரையைச் சாப்பிடுவது என நான் ஆச்சரியப்பட்டேன். நான் எழுந்து, பல காரங்கள் வைக்கப்பட்டிருக்கும் அல்மேரா பக்கமாய் போய் அந்த அற்புதமான முட்டகோஸ்களைப் பார்த்தேன். அது போண்டா மாதிரிதான் பார்வைக்குத் தென்பட்டது. ஏதோ காய்கறி போண்டோவாக இருக்குமென நினைத்துக்கொண்டு, இரண்டு கொண்டு வரும்படி சொன்னேன். ஆனால் சாப்பிடும் பொழுது தான் என் தவறு தெரிந்தது. சோளம் மாவில் கருப்பட்டியைப் போட்டு பிசைந்து

செய்திருக்கிறார்கள் இந்த அற்புதமான முட்ட கோஸ்களை. எங்கே வெளியே போகும்படி சொல்லிவிடுகிறானோ என நினைத்துக்கொண்டு இதைப்பற்றி நான் ஒன்றும் அவனிடம் புகார் செய்யவில்லை. எப்படி இருக்கிறது 'மலபார் முட்டகோஸ்'. நீ எப்பொழுதாவது இந்தப் பக்கம் வந்தால், இந்த சாயா ஹோட்டலுக்குப் போய் இந்த அற்புதமான முட்டகோஸ்களை சாப்பிடுவதற்கு மறந்துவிடாதே.

வெகு நேரம் காத்திருந்த பிறகு ரயிலும் வந்து சேர்ந்தது. நான் ஒரு வண்டிக்குள் கஷ்டப்பட்டு ஏறிக்கொண்டேன். வண்டி ஏற்கனவே முழுவதும் நிறைந்து, நிற்பதற்குக்கூட இடமில்லாமல் தான் இருந்தது. வண்டிக்குள் அநேக வத்திராயிருப்பு பிராமணர்கள் உட்கார்ந்து கொண்டிருந்தார்கள். மதுரைக்குப் போய்க்கொண்டிருந்தார்கள் எனத் தெரிந்தது. அவர்கள் என்னை அடையாளம் கண்டுகொள்ளாதது, ஏதோ என் அதிர்ஷ்டந்தான். ஆதலால்தான் நான் பத்திரமாகப் போகவேண்டிய இடத்திற்குப் போகமுடிந்தது. நான் ரயிலைவிட்டு இறங்கும்பொழுது நடுநிசி. ஸ்டேஷனில் எனக்கு வழி காட்டும் தோழர் தயாராக எனக்காகக் காத்திருந்தார்.

நான் நம் தஞ்சாவூர் மிராசுதாரைச் சந்திப்பதற்காகப் போய்க் கொண்டிருந்தேன். அவர் இந்த ஸ்டேஷனிலிருந்து 20 மைல் தூரத்திற்கு அப்பால் இருந்தார். எனக்கு வழி காட்டியாக வந்த தோழர் ஒரு மத்தியதர விவசாயி. எனவே அவர் தன் அருமையான மாட்டு வண்டியைக் கொண்டுவந்து ஸ்டேஷனுக்கு வெளியே நிறுத்தியிருந்தார். நாங்கள் ஸ்டேஷனுக்கு வெளியே வந்ததும், இன்னுமிரு இளைஞர்கள் எங்களுடன் சேர்ந்துகொண்டார்கள். நாங்கள் ஸ்டேஷனை விட்டுப் புறப்பட்ட பொழுது இரவு மணி 2. நாங்கள் எனக்கு வழி காட்டும் தோழரின் ஊருக்கு வந்துசேர்ந்த பொழுது காலை சுமார் 6-30 மணி இருக்கும். எனக்கு நல்ல உப்பு மாவும், ஒரு பெரிய உருண்டை வெண்ணையும் கிடைத்தது.

நான் அத்தோழரிடம் கேட்டேன் யார் இந்த ஊரில் பணக்கார மிராசுதார்?

தோழர் : இந்த ஊர்ப் பணக்காரர்களில் நானும் ஒருவன்.
நான் : உங்களுக்கு எத்தனை ஏக்கர் நிலமிருக்கிறது?

தோழர் : மொத்தம் பத்து ஏக்கர். எல்லாம் புஞ்சை நிலம் தான்.

எனக்கு சிரிப்பு தாங்க முடியவில்லை. சிரித்துக் கொண்டே "நீங்கள் ஒரு பணக்கார விவசாயி அல்லவே அல்ல" எனக் கூறினேன். விஷயம் என்னவென்றால் அந்த கிராமத்தில் இவர் குடும்பம் ஒன்றுதான் சிறிது நிலபுலம் அதிகம் உடையது எனக் கருதப்படுகிறது. அப்படியானால் மீதிக் குடும்பங்களைப்பற்றி நீயே ஊகித்துக்கொள்.

எப்படி ஒரு கிசான் சபையை இங்கு ஆரம்பிப்பது என்பது தான் இப்பொழுதைய பிரச்னை. இந்த கிராம ஜனங்களை ஒன்று திரட்ட என்னென்ன கோரிக்கைகள் வைக்கப்படவேண்டும்? தஞ்சாவூர் அல்லது திருநெல்வேலி நிலைமை அல்ல இங்கு இருப்பது. விவசாயக் கருவிகள் குறைந்த விலைக்குக் கொடுக்கப்பட வேண்டும். நல்ல உரம், உயர்தரமான விதைத்தானியம் மற்றும் முக்கிய சாமான்கள் நிர்ணய விலைக்குக் கிடைக்கும்படி செய்ய வேண்டும். துண்டு துக்கடா நிலம் வைத்திருப்போருக்கு நிலவரி வஜா, கடன் பளுவில் அகப்பட்டு முதுகெலும்பு முறிந்துகொண்டிருப்போருக்கு கடன் ரத்து, எல்லா தரிசு நிலங்களையும் விவசாயிகளுக்குப் பகிர்ந்து கொடுத்தல்; இந்த ஸ்லோகங்களால்தான் இவர்களை ஒன்றுதிரட்ட முடியும். இங்கே கிராமக் கமிட்டி உற்சாகமான இளைஞர்களின் கையில் இருக்கிறது. எனவே முக்கிய சாமான்கள் எல்லாம் சரிவர எல்லோருக்கும் பகிர்ந்து கொடுக்கப் படுகிறது. இது ஒரு நல்ல அறிகுறி.

இங்கிருந்து நமது மனிதர் தங்கியிருந்த கிராமத்திற்குச் சென்றேன். அக்கிராமம் ஒரு பெரிய நதியின் கரையிலிருக்கிறது. இந்த கிராமத்திற்குள் நுழைந்ததும், இக்கிராமம் ஒரு தஞ்சாவூர் ஜில்லாவைச் சேர்ந்த கிராமம் மாதிரி தோற்றமளிப்பதை நாம் காணலாம். இங்கு முக்கியமாக மத்தியதர விவசாயிகளே வசிக்கிறார்கள். நம் மிராசுதாருக்கு தன் வீட்டில் தங்குவதற்கு இடமளித்த ஒரு மத்தியதர விவசாயி நம் கட்சியின் ஒரு நல்ல அனுதாபி. தேர்தல் சமயத்தில் நம்முடன் சேர்ந்து நன்கு பாடுபட்டவர்.

நம் கட்சியின்மேல் அவருக்கு அளவில்லாத அன்பு உண்டு. நம் கட்சிக்காக அவர் எதையும் செய்யத் தயாராக இருந்தார். ஆனால் கட்சியில் மாத்திரம் சேருவதற்கு மறுத்தார். தெரியுமா? "நான் கட்சியின் அங்கத்தினன் ஆவதற்குத் தகுதி உடையவன் அல்ல. அதன் இரும்புக் கட்டுப்பாட்டிற்கு என்னால் உட்பட்டிருக்க முடியவில்லை." இதுதான் அவருடைய சமாதானம். அவர் ஒரு பெரிய பணக்காரரல்ல. இரண்டு வேலி அதாவது சுமார் 13½ ஏக்கர் நிலம்தான் இருக்கிறது. ஆனால் இவருக்கு 5 சகோதரர்கள்.

அக்குடும்பம் முழுவதும் எங்கள் மீது மிகவும் பிரியமாகவே இருந்தது. நான் வந்ததை உத்தேசித்து, பிரத்தியேகமாக பாயசமும், வடையும் தயாரிக்கப்பட்டன. 3½ மாதங்களுக்குப் பின்னால், இன்றுதான் ஏதோ இனிப்புப் பதார்த்தங்களையே நான் பார்க்கிறேன். ஆதலால் நான் பாயசத்தை ஒரு கை பார்த்தேன். ஏராளமான நெய்யும் கிடைத்தது. நான் அன்று ஒரு வாரத்தில் சாப்பிடக்கூடிய நெய்யை ஒரே வேளையில் சாப்பிட்டு விட்டேன். ஒரு பாட்டில் நிறைய நெய் ஊற்றித்தருவதாக அந்த தோழர் சொன்னார். ஆனால் நான் எதையும் என்னுடன் எடுத்துச் செல்லுவதற்குத் தயாராக இல்லை. எனவே மிகுந்த வந்தனங்களுடன் அதை மறுதளித்துவிட்டேன்.

நம் மனிதரைப் பற்றியும் ஒரு விஷயம் நான் சொல்ல வேண்டும். அவர் எவ்வளவோ தேறிவிட்டார். உடல் நிலையில் மாத்திரமல்ல; கட்சி வேலையிலுங்கூட. இந்தக் கிராமத்திலும், என்னை ஸ்டேஷனிலிருந்து அழைத்துவந்த தோழரின் கிராமத்திலுமாகச் சேர்த்து ரூ. 350 கட்சி நிதிக்காக வசூலித்துவிட்டார். இது மாத்திரமல்ல. கட்சிக்கு முழு நேரமும் வேலைசெய்ய ஒரு தோழரையும் தயார் செய்திருக்கிறார்.

நான் என் வேலையை அந்த ஒரு நாளிலேயே முடித்துக் கொண்டு என்னை ஸ்டேஷனிலிருந்து வண்டியில் அழைத்துவந்த தோழரின் கிராமத்திற்குச் சென்றேன். அங்கு நல்ல இட்டிலியும், வெண்ணையும் கிடைத்தன. அங்கிருந்து 14 மைல் தூரமுள்ள ரயில்வே ஸ்டேஷனுக்கு முதல் 7

மைல்கள் வண்டியில்போனேன். பின் அங்கிருந்து மீதி தூரத்திற்கு பஸ்ஸில் போக நினைத்துக் காத்திருந்தேன். பஸ் ஒன்றுகூட கிடைக்காமல் போகவே 2-30 மணியிலிருந்து 5 மணிவரை நானும் என்னுடன் வந்த தோழரும் நடக்க நேரிட்டது. வெயிலின் கொடுமையைப் பற்றி சொல்ல வேண்டியதில்லை. வயிற்றியிலிருந்த வெண்ணையெல்லாம் உருகிப் போயிருக்கவேண்டும். ஏனெனில் நான் ஸ்டேஷனை அடைந்த பொழுது, மிகவும் களைத்துப் போனதுடன், சிறு குடலையும் பெருங்குடல் தின்றுவிட்டிருந்தது.

உனக்கு வெண்ணை, நெய், பாயசம் வேண்டுமென்றால், தகிக்கும் வெயிலில் நீண்ட தூரம் நடந்து அலையவும் நீ தயாராக இருக்கவேண்டும். உன்னை மாதிரி மெலிந்து, குச்சிபோல் உள்ளவர்களுக்கு நெய், வெண்ணை, பால் முதலியன கொடுத்துக் கொழுக்க வைப்பதற்கு, நம் கக்ஷிக்கு ஒரு சில பணக்கார அனுதாபிகள் இருந்தால் மிகவும் நலமாகத்தானிருக்கும். ஆனால் உன்னை வெயிலில் நடக்கச் சொல்லக்கூடாது.

புரட்சி வந்தனம்,

சுந்தரராஜ்.

குறிப்பு:

நான் உனக்கு இன்னொரு விஷயம் சொல்ல நினைக்கிறேன். நான் இராமநாதபுரம் ஜில்லாவில், கக்ஷியின் ஜில்லா கமிட்டிக் கூட்டத்திற்குச் சென்றபொழுது, அந்த ஜில்லாவின் கிஸான்சபைத் தலைவரைப்பற்றி விசாரித்தேன். அவர் கூட்டத்திற்கு வரவில்லை. போலீஸார் அந்த தோழரின் மேல் குறிப்பாக கண் வைத்திருக்கிறார்களெனவும், அவரை வத்திராயிருப்பு கொலைக் கேஸில் சேர்த்து விட நினைத்து அவருடைய வீட்டை அநேக தடவை சோதனைகள் செய்து அவருடைய போட்டோவை அகற்றி சென்றிருக்கிறார்கள் எனவும் எனக்குத் தெரிய வந்தது. அந்தப் பிரதேசம் முழுவதும் அவரைப்பிடிக்க வலைபோட்டுத் தேடிக்கொண்டிருந்தார்கள்.

இவ்விஷயமாக அவருடைய தாயாரின் எண்ணம் எப்படி யிருக்கிறது எனவும் விசாரித்தேன். அந்தக் குடும்பம்

முழுவதும் ஒரு காலத்தில் காங்கிரஸ் குடும்பமாக இருந்தது. அவருடைய சகோதரி 1940-ல் சத்தியாக்கிரஹம்செய்து சிறை சென்றவர். ஆனால் இன்றோ அவர் நமது கக்ஷிக்குள் இருக்கிறார். மேலும் தோழரின் மனைவியாரும் நம் கட்சி அங்கத்தினர். தோழரின் தாயாரும் காங்கிரஸ் அனுதாபியாக இருந்து இப்பொழுது நம் கட்சி அனுதாபியாயிருக்கிறார்.

அதனால்தான் அவருடைய தாயாரைப்பற்றி நான் விசாரித்தேன். காங்கிரஸ்மேல் பெரும் துவேஷம் கொண்டிருக்கிறார் என்று எனக்கு பதிலளிக்கப்பட்டது. கடந்த 3 மாதங்களாக அதாவது ஜனவரி 23-ம் தேதிக்குப் பின் தன் மகனை அவர் பார்க்கவேயில்லை. தன் மகனைப்பற்றி அடிக்கடி விசாரித்து அப்போதைக்கப்போது அவருக்குப் பணமும் அனுப்புகிறார். தன் மகன் நோய்நொடியில் விழாமல் தொடர்ந்து போராடவேண்டும், வெற்றி பெறவேண்டும் என்பதுதான் இக்கிழத்தாயாரின் ஒரே ஒரு விருப்பம், ஆசை. இம் மாதிரி தன் மகனுக்கு உதவி செய்யும் தாயார்கள் நம் கட்சிக்குள் மிகவும் சொற்பம் என்றே நினைக்கிறேன். இம் மாதிரியான தியாகிகள் நிறைந்த குடும்பங்களைப்பற்றி நம் கக்ஷி உண்மையில் பெருமையடைய வேண்டும்.

பதினைந்தாவது கடிதம்

22–5–47

அன்புமிக்க சாகர்,

நான் நேற்று அதிகாலையில் ஆசனப்பயிற்சி செய்துகொண்டுடிருந்தபொழுது, வெளியில் யாரோ ஒரு ஸ்திரீ "அய்யய்யோ! அய்யய்யோ!! யாராவது வாங்களேன், வாங்களேன்" என உரத்த குரலில் கூவினாள். என்ன நடந்தது தெரியுமா? நாங்கள் தண்ணீர் எடுக்கும் வீட்டுக்கருகிலிருந்த ஒரு கிணற்றில் 16 வயது பெண்ணொருத்தி குதித்துவிட்டாள். ஒரு நிமிஷத்துக்குள் ஆண், பெண், குழந்தை, குட்டிகளாக சுமார் 150 பேர்வரை கூடிவிட்டார்கள். ஆனால் நான் வீட்டைவிட்டு வெளியேறவே இல்லை.

அந்தப் பெண்ணை வெளியே எடுத்துவிட்டார்கள். நமது வீரன் ராஜன்கூட கிணற்றிற்கருகில் சென்று பெண்ணை எடுப்பதற்கு ஆலோசனை கூறினான். இந்தப் பெண் தன் கணவனுடன் சண்டை பிடித்துக்கொண்டு, கிணற்றில் வந்து விழுந்துவிட்டாள். ஆனால் நல்ல வேளையாக முதலில் பார்த்து எல்லோரையும் கூவி அழைத்த ஸ்திரீ, கிணற்றில் ஒரு கயிற்றை எறிந்து அதை அந்தப் பெண் பிடித்துக்கொள்ளும்படி செய்தாள்.

அந்தப் பெண் சாகாமல் தப்பிப்பிழைத்ததற்கு நான் மிகவும் சந்தோஷம் கொண்டேன். அதுவும் என் சுயநலத்திற்காகத்தான். அவள் இறந்து போயிருந்தால் போலீஸ் அங்கு அடிக்கடி குறைந்த பட்சம் ஒரு வாரத்திற்காவது வந்து

"ஏன் செத்தாள்? எப்படிச் செத்தாள்?' என விசாரணை, குறுக்கு விசாரணைகள் செய்திருக்கும். இதுதான் எனக்கு மிகவும் ஆபத்தான விஷயமாயிற்றே! நான் இங்கு தங்குவதே முடியாதகாரியமாகப் போயிருக்கும். இரண்டாவதாக, நாங்கள் குறைந்தபட்சம் ஒரு வாரத்திற்காகிலும் அக்கிணற்றில் தண்ணீர் எடுக்க முடியாமல், கஷ்டப்பட வேண்டியிருந்திருக்கும். எப்படியோ அந்தப் பெண்ணை சரியான சமயத்தில் காப்பாற்றி, என்னையும் துன்பங்களிலிருந்து ரக்ஷித்த இவர்களுக்கு என் வந்தனங்களைத் தெரிவித்துக் கொள்ளவேண்டும்.

புரட்சி வாழ்த்து,

சுந்தரராஜ்.

பதினாறாவது கடிதம்

23-6-47

அன்புள்ள சாகர்,

நான் சென்னையைவிட்டுப் புறப்பட்டு நேராக கவர்னரின் இடத்தை அடைந்தேன். பின் அங்கிருந்து ராமநாதபுரம் ஜில்லாவிற்குச் செல்லும் வழியில், கடலூரில், தென் ஆற்காடு ஜில்லாத் தோழர்களைச் சந்தித்தேன். தோழர் கே.எம்.க்கு கல்யாணம் நிச்சயமாகிவிட்டதென்று, எனக்குக் கடலூரில் இந்தத் தோழர்கள் மூலம் தெரியவந்தது. நான் உன்னுடன் இந்த விஷயமாகப் பேசியிருந்தும் இவ்வாறு கல்யாணம் நடக்கப்போகிறதென்பதைக் கேட்டவுடன் எனக்கு மிகவும் ஆச்சரியமாகத்தானிருந்தது. இந்தக் காரியம் முழுவதும் செய்யப்பட்ட முறையைக் குறித்து, நான் என் கண்டனக் கடிதத்தை அனுப்பியுள்ளேன்.

நீங்கள் "சென்டரை" (தலைமைக் காரியாலயத்தை) நடத்தும் முறையில் நான் என் அதிருப்தியைத் தெரிவித்துத்தானாக வேண்டும். நான் ஜில்லாக்களுக்கு சென்டரிலிருந்து புறப்படுமுன், அந்தந்த ஜில்லாத் தோழர்களிடமிருந்து வந்த ரிப்போர்ட்டுகளை நீ ஏன் எனக்கு சரியாக கொடுப்பதில்லை? அது தெரிந்தால்தான் ஜில்லாவின் பூர்ண நிலைமையும் அங்கு நான் சென்று செய்யவேண்டிய வேலைகள் என்னவென்றும் எனக்குத் தெளிவாகத் தெரிந்துகொள்ள முடியும்.

பி. ஸ்ரீனிவாச ராவ் ⊙ 101

கடலூரைவிட்டுப் புறப்பட்டு ரயிலில் ஏறி இராமநாதபுரம் ஜில்லாவிற்குச் சென்றேன். ஜில்லாத் தோழர்கள் குறிப்பிட்டிருந்த ஸ்டேஷனில் இறங்கினேன். ஆனால் நான் செல்லவேண்டிய இடத்திற்கு என்னை அழைத்துச் செல்ல அங்கு யாருமே இல்லை. அப்பொழுது நடுநிசி. மறுநாள் காலை வரை அங்கு நான் காத்திருக்கவேண்டிய நிர்ப்பந்தமான நிலைமை. எனவே நான் அருகிலிருந்த பிரயாணிகள் தங்குமறையில் பெஞ்சியில் படுக்கலாம் என நினைத்து கால்களை நீட்டினேன். ஆனால் அதற்குள் ஒரு பாயின்ட்ஸ்மேன் அங்கு வந்து என்னை அதைவிட்டு வெளியே போகும்படி சொன்னான். ஆனால் நல்ல வேளையாய் நான் தங்குவதற்கு மற்றொரு இடம் காண்பித்தான். இந்த இடம் பஸ் பிரயாணிகள் தங்குவதற்காக இருந்த ஒரு தகரக்கொட்டகை. அங்கு ஏற்கனவே 10, 12 பேர்கள் இருந்தார்கள். நானும் போய் ஒரு மூலையைப் பிடித்துக்கொண்டேன்.

இந்த இடத்தைப்பற்றி இரண்டு வார்த்தைகள் சொல்ல நான் ஆசைப்படுகிறேன். இந்தந் தகரக்கொட்டகை மூட்டைப் பூச்சிகளின் சர்வதேச அரங்கமாக விளங்கியது. இந்த மார்க்கமாக, பல்வேறு இடங்களுக்கு போவோர், வருவோர் எல்லாம் தத்தம் பங்குக்கென ஒரு சில மூட்டைப் பூச்சிகளை இங்கு விட்டுவிட்டுச் செல்லுகிறார்கள் போலும். எனவே பல்வேறு ரகங்களையும் பல் வேறு தேசீய இனங்களையும் சேர்ந்த மூட்டைச் பூச்சிகள், இங்கு வாழ்க்கை நடத்துவதைக் காணலாம். இது போதாதென்று, அங்கு தங்கிவரும் விருந்தாளிகளை உபசரிக்க ஆயிரக்கணக்கில் உள்ளூர் "டகோடா" விமானங்கள் வேறு. தங்களுடைய இன்னிசையாலும் படுத்திருப்பவர் உடலின்மேல் தலைகீழாகப் பாய்ந்து, நடத்தும் நர்த்தனங்களின்மூலம் இவை பிரயாணிகளை மகிழ்விப்பதில் கைதேர்ந்தவை! அங்கு ஏராளமாக இருந்த கொசுக்களைத்தான் குறிப்பிடுகிறேன்.

மேலும் இந்தத் தகரக்கொட்டகையைக் கட்டிவைத்த புண்ணியவாளன், இது மனிதவர்க்கத்திற்கு மாத்திரம்தான் என்று வெளியே ஒன்றும் போர்டு மாட்டியிருக்கவில்லை, ஆகையால், கொட்டகைக்குள் வரும் ஆடு மாடுகள், நாய் முதலியவற்றை நாம் ஆக்ஷேபிக்க முடியாது. ஆக்ஷேபித்து

நாம் அவைகளை விரட்டினாலும் அடுத்தகணமே அவை நம் பக்கத்தில் வந்து நம்மை முகர்ந்தோ அல்லது தம் நாக்கால் நக்கியோ நம்மேலுள்ள அவைகளின் அடங்காத அன்பைத் தெரிவிக்கத் தொடங்கிவிடுகின்றன. ஒருவிதத்தில் இவ்வளவு ஜந்துக்களின் மத்தியில் இருக்கவேண்டிய நிலைமை நல்லதுக்கென்றே கூறலாம். ஏனெனில் இவற்றையெல்லாம் மீறி நாம் சிறிது கண்ணை மூடினால் போதும். மறுநாள் காலைக்குள் நமது பர்ஸோ இதர சாமான்களோ நம்மிடமிருந்து அகற்றப்பட்டு மாயமாய் மறைந்திருக்கும். ஆகவே, இராத்திரி முழுவதும் ஒரு சில வினாடிகள்கூட நான் கண்மூடவில்லை. என்னுடனிருந்தவர்களில் யாரை நம்பமுடியும், யாரை நம்பமுடியாது என்று எப்படித்தெரியும்? காலிலிருந்து நான் என் பூட்ஸைக்கூட கழட்டவில்லை. 1940–ம் வருடத்தில் தலைமறைவு வாழ்க்கையை நடத்திய தோழர்களாகிய நீங்கள் இவ்வளவு படுமோசமாகக் கஷ்டப்பட்டிருக்கமாட்டீர்கள் என நான் நினைக்கிறேன். இன்று ஒவ்வொரு ஜில்லாவிலும் தலைமறைவு வாழ்க்கை நடத்தும் நம் தோழர்கள் இதைக்காட்டிலும் அதிகமாகத் துன்பத்திலாழ்ந்திருக்கிறார்கள் என்பது உண்மை. நம் கட்சியின் ஜில்லாத் தலைவர்கள் அனுபவிக்கும் நரக வாழ்க்கைக்கு முன், என் கஷ்டங்கள் எல்லாம் எம்மாத்திரம்? பல்வேறு பொய்க்காரணங்கள் கூறி, பாதுகாப்புச் சிறையிலிருந்து பெரோலில் வெளியே வந்து, குஷியாகக் கல்யாணம் செய்து கொள்ளும் தோழர்கள், இந்தத் தலைமறைவு வாழ்க்கையின் எல்லையற்ற நரகவேதனையை ஒரு கணமேனும் சிந்தித்துப் பார்ப்பதுண்டா? தொழிலாளவர்க்கக் கட்சியின் மேன்மைக்காக, நாங்கள் சந்தோஷமாக எந்தக் கஷ்டத்தையும் ஏற்றுக்கொள்ளத் தயார். அவர்கள் எந்த இன்பத்தையும் அனுபவிக்கத் தயார் போலும்!

ஸ்டேஷனுக்கருகில் வேறு எந்த வீடுகளும் இல்லையா என நீ ஆச்சரியமாய்க் கேட்கலாம். தமிழ்நாடு விவசாயிகளை மாத்திரமின்றி பர்மிய, மலேய விவசாய மக்களைச் சுரண்டிக் கொள்ளையடித்த பணத்திலிருந்து கட்டப்பட்ட ராஜாசர் போன்ற செட்டியார்களுக்குச் சொந்தமான சில மாளிகைகள் அங்கு இருக்கின்றன. ஆனால்

அவர்கள் மட்டும்தானே அங்கு வசிக்கலாம்! தற்சமயம் அங்கே பெருச்சாளிகளும் வௌவால்களும்தான் குடி புகுந்து கொட்டமடித்துக் கொண்டிருக்கின்றன. "தனிச்சொத்துரிமை புனிதமானது" என்பதுதான் முதலாளித்துவ சமுதாயத்தின் சட்டமாயிற்றே!

பொழுது விடிந்ததும், வெறும் வயிறுடன் 7 மைல் தூரம் நடந்து சென்று ஒரு கிராமத்தின் எல்லையை அடைந்தேன். "என்ன சாயபு? பஸ் கிடைக்கவில்லையா?" என ஒரு தோழர் என்னை அங்கு வரவேற்றார். பின் நான் அவருடன் மற்றொரு விவசாயத் தோழரின் வீட்டிற்குச் சென்றேன். அங்கு குளிப்பதற்கு வசதி கிடைத்தது. குளித்தபின் அங்கு சாப்பிட்டேன். இந்தக் கிராமத்திற்கு இதற்குமுன் அநேக தடவைகள் நான் சென்று, கூட்டங்களில் பேசியுள்ளேன்.

நானும் என்னை அழைத்துச் செல்லும் தோழரும் அந்தக் கிராமத்திற்குப் போய்க்கொண்டிருந்தபொழுது, வழியில் எதிர்ப்பட்ட ஒரு விவசாயி "அவர் யார்?" என நம் தோழரிடம் என் னைப்பற்றி விசாரித்தார். தோழரும் ஒருகண நேரங்கூடத் தாமதியாமல் "அவர் ஒரு வைத்தியர்" என்று சட்டென்று பதிலளித்தார். ஒருவேளை என்னைப்பார்ப்பதற்கு நான் அப்படித் தென்பட்டேனோ என்னவோ? என்னிடம் வழக்கமாக எல்லா வைத்தியர்களும் வைத்திருக்கும் மருந்துகள் கிடையாது. ஆனால் சீர்குலைந்து நிற்கும் இன்றைய பொருளாதார அமைப்புக்கு முடிவுகட்டி அனைவருக்கும் சுபீட்சத்தையும் சுகவாழ்வையும் உறுதிப்படுத்தும் பொருளாதார அமைப்பை ஏற்படுத்தவல்ல மருந்துதானே என்னிடமிருப்பது?

நான் அந்தக் கிராமத்திற்குள் நுழைந்தபொழுது, நம் தோழரிடம் இந்த இடம் பத்திரமானதுதானா?" என விசாரித்தேன். உடனே அவர் "இக்கிராம விவசாயிகளாகிய எங்கள் எல்லோரையும் சுட்டுத்தள்ளிய பிறகே, போலீஸார் உங்களை அணுக முடியும் எனப் பதில் கூறினார். அவர் கூறிய வார்த்தைகள் ஒவ்வொன்றும், உண்மையாகவே அவர் ஹிருதயத்தின் ஆழத்திலிருந்து வருகின்றன என்பதை, உறுதியைப் பிரதிபலிக்கும் அவருடைய

முகம் எடுத்துக்காட்டிற்று. தலைமறைவாக அலைந்துதிரியும் தோழர்களைப்பற்றியும் அவர்களது வேலையைப்பற்றியும் மத்தியதர வர்க்கத்தைச் சேர்ந்தவர்கள் பார்வைக்கும், விவசாயி, தொழிலாளி மக்கள் பார்வைக்கும் பெரும் வித்தியாசம் காணமுடியும். போலீஸ் பெயரைச் சொன்னாலே போதும்; மத்தியதர வர்க்கத்தினர் தொடை நடுங்கி செத்துவிடுவார்கள். ஆனால் விவசாயி, தொழிலாளி மக்கள் இத்தகைய ஆபத்து நெருங்கினால் நம்மைக் காப்பாற்றுவதற்கு உடனே திட்டமிடுவதிலும், அவசியமானால் அதற்காகப் போராடவும் தயாராயிருக்கிறார்கள்.

நான் தங்கியிருக்கும் கிராமத்தைப்பற்றி இப்பொழுது கூறுகிறேன். இக்கிராமம் செங்கொடி விவசாயிகளின் செல்வாக்குள்ள பிரதேசம். 50 சதவிகிதம் தீர்வையைக் குறைக்கவேண்டுமென்று ஜமீன்தாரை எதிர்த்துப் போராடிக்கொண்டுவருபவர்கள் இக் கிராமவாசிகள். இப்பொழுது இவர்கள்மீது அநேக சிவில் கேஸ்கள் போடப்பட்டிருக்கின்றன. அன்றுமாலை ஜெனரல்பாடி கூட்டத்திற்காக நான் அருகிலிருந்த இன்னொரு கிராமத்திற்கு அழைத்துச் செல்லப்பட்டேன். கூட்டத்திற்கு அநேக பெண்கள் உட்பட 150 பேர்கள் வந்திருந்தார்கள். ஏன் இவ்வளவு பேர்களைக்கூட்டி வைத்திருக்கிறீர்களென மீட்டிங்கிற்கு ஏற்பாடு செய்திருந்த தோழரைக் கேட்டேன். "இக்கிராமத்தில் யார் கட்சியில் இருக்கிறார்கள், யார் இல்லை என்று கண்டுபிடிப்பது மிகவும் கஷ்டம். எல்லோரும் கட்சி அங்கத்தினர்கள் என்று தங்களைக் குறிப்பிட்டுக் கொள்வதில் பெருமைப்படுகிறார்கள்" என்று தயக்கத்துடன் பதில் கூறினார் அத்தோழர். செங்கொடி பறக்கும் எல்லாக் கிராமங்களிலும் இப்படித்தான் நம் கட்சி எல்லா விவசாயிகளாலும் நேசிக்கப்பட்டு கௌரவிக்கப்படுகிறது.

இந்தக் கூட்டம் முடிந்த பிறகு மறுநாள் இரவு அருகிலிருந்த மற்றொரு கிராமத்திலும் ஜெனரல்பாடி கூட்டத்திற்குப் போனேன். உற்சாகம் நிரம்பிய இளைஞர்கள் சுமார் 50 பேர்கூடியிருந்தார்கள். அதிக விஷயங்களைத் தெரிந்துகொள்ளவேண்டும் என்ற அவர்களின் அடங்காத ஆவலைத் தணிப்பதற்காக நான் அன்றிரவு 2-30 மணி

வரையிலும் உற்சாகமாகப் பேசிக்கொண்டிருந்தேன். அவர்கள் மத்தியிலிருந்தது எனக்கு எவ்வளவோ மகிழ்ச்சியைக் கொடுத்தது. மறுநாள் காலையில் ஜில்லாவின் வேறு ஒரு பகுதிக்குச் செல்லுவதற்காக, அந்தக் கிராமத்தைவிட்டுப் புறப்பட்டேன்.

புரட்சி வாழ்த்து,

சுந்தரராஜ்.

பதினேழாவது கடிதம்

26-6-47

அன்புள்ள சாகர்,

இராமனாதபுரம் ஜில்லாவின் மற்றொரு பகுதிக்கு நான் புறப்பட்டதாக முந்திய கடிதத்திலேயே நான் தெரிவித்துள்ளேன். நான் ரயிலிலேயே பிரயாணம்செய்து, ஜில்லாவின் தென்பகுதியை அடைந்தேன். நான் இறங்கிய ஸ்டேஷன் அத்தாலூகாவின் முக்கிய ஊராகும். நான் இங்கு இரண்டு நாட்களுக்கு முன் கூட்டியே வருவதாகத் தெரிவித்திருந்தேன். எனவே தோழர்கள் வந்து எனக்காக காத்திருந்துவிட்டு, திரும்பி அவர்களுடைய கிராமங்களுக்கு கிசான் சபை வேலையாகச் சென்றுவிட்டனர். எனவே அங்கு குறிப்பிட்ட தோழரை சந்திக்க, ஊருக்குள் சுற்றினேன். கடைசியில் அவரைக் கண்டுபிடித்து அவருடைய வீட்டிற்குச்சென்றேன். அங்கே குளித்துவிட்டு உணவருந்தினேன். இந்த வீடு போலீஸ் ஸ்டேஷனுக்கு எதிரில் இருக்கிறது. நடுத்தர வகுப்பைச் சேர்ந்த பிராமணருக்குச் சொந்தமானது. வாழ்க்கைக்கு வேண்டிய எல்லா வசதிகளும் இருந்தன.

நான் அன்று மாலை, ஒரு முஸ்லிம் பிரதேசத்திற்குப் புறப்பட்டேன். 6 மைல் தூரம் நடக்கவேண்டியிருந்தது. ஆனால், கூடவந்த தோழருடன் சென்றதில் சிரமம் தெரியவில்லை. இங்கு மூன்று நாட்கள் ஒரு முஸ்லிம் தோழரின் வீட்டில் தங்கியிருந்தேன். இத்தோழர் முதன் முதலில் ஒரு பக்கா முஸ்லிம் லீகராக இருந்தார். ஆனால் நேர்மையான ஜனநாயகவாதியாதலால், தனக்குச் சரியான இடம் நம் கட்சிதான் என்பதை உணர்ந்து, நம் கட்சிக்குள்

வந்துவிட்டார். அந்தக் காலத்தில், யாரும் அவரிடம் சாமியில்லை, பூதமில்லை என்று பேசியிருக்கவே முடியாது. ஆனால் இன்று அனுபவபூர்வமாகத் தெரிந்து கொண்டதிலிருந்து மதத்தையும் கடவுளையும் மூட நம்பிக்கைகளையும் நிராகரிப்பதில் நம் எல்லோரையும்விட ஒருபடி அதிகமாகவே இருக்கிறார்.

முஸ்லிம் லீகில் இருந்தபொழுதுகூட, நம் கட்சிப் பத்திரிகை "பீபிள்ஸ் எஜை" விடாது தொடர்ந்து தவறாமல் வாசித்து வந்திருக்கிறார். நம் கட்சிப் பிரசுங்கள் எல்லாம் வாசிக்கிறார். "சோவியத் யூனியன் கம்யூனிஸ்ட் கட்சியின் சரித்திரத்தின் மொழிபெயர்ப்பு நன்றாகயில்லை என்று சொன்னார். "நான் தமிழில் படித்தேன். எனக்கு ஒன்றுமே விளங்கவில்லை. பின் இங்கிலீஷில் படித்துதான் புரிந்துகொள்ள வேண்டியிருந்தது. எனவே இங்கிலீஷில் சோ.யூ.க.க. சரித்திரம் வாங்க நேரிட்டது" என்று சொன்னார். அந்தப் பிரதேசத்தில் முஸ்லிம் வாலிபர்களை கட்சிக் கொள்கைக்குத் திருப்புவதற்கு அவர் முயற்சிசெய்து வருகிறார். அவர்களில் சிலரை நான் சந்தித்தேன். பாக்கிஸ்தான் ஏற்பட்ட பிறகு, தென் இந்திய முஸ்லிம்கள் இனி என்ன செய்வது எனத் தெரியாமல் குழம்பியிருக்கிறார்கள். அந்த குழப்பமான நிலைமையை இங்கு நன்கு காணலாம்.

இங்கு நான் தங்கியிருந்த சமயத்தில், அருகிலிருந்த நகரத்திற்கு ஜெனரல்பாடி கூட்டத்திற்காகப் போயிருந்தேன். நம் தோழர்களுக்குக் கூட்டத்தை நடத்த நல்ல இடம் ஒன்றும் கிடைக்கவில்லை. எனவே அவர்கள் ஒரு சுடுகாட்டுக்குப் பக்கத்தில் இடம் ஏற்பாடு செய்திருந்தார்கள். இந்த இடம் சரியான இடம்தான். பத்திரமான இடமும்கூட. அதிர்ஷ்டவசமாக, நாங்கள் இங்கு கூடியிருந்தபொழுது பிணமொன்றும் கொண்டுவரப் படவில்லை.

சுடுகாட்டைப் பூதங்கள், பேய்பிசாசுகள் காவல்காத்து வரும் என்று ஜனங்கள் நம்புவதுண்டு. ஆனால் ஒரு குட்டிப் பிசாசுகூட எங்கள் பக்கத்தில் அணுகவில்லை. எங்கள் விஷயத்தில் பேய் பிசாசுகள் தலையிடாமலிருந்ததற்கு மூன்று காரணங்கள் இருக்கலாம் என நான் நினைக்கிறேன்.

முதலாவது காரணம்: இவ்வுலகில் ஏற்பட்டுக் கொண்டிருக்கும் மகத்தான பெரும் மாறுதல்கள், பேய் உலகத்தின் அஸ்திவாரங்களையும்கூட அசைத்துப் பெயர்த்திருக்கவேண்டும். அங்கும் ஆளும் வர்க்கத்திற்கும் ஆளப்படும் வர்க்கத்திற்குமிடையே முரண்பாடுகள் தோன்றியிருக்கக்கூடும். எனவே ஆளும் வர்க்கத்தை முறியடிக்க அடக்கப்பட்டிருக்கும் பேய்பிசாசுகளெல்லாம் ஒன்றுதிரண்டு, ஸ்தாபனரீதியாகத் தங்களைத் தயார்ப்படுத்திக் கொண்டிருக்கலாம். இந்தக் கூட்டத்துடன் சுடுகாட்டைக் காவல் காக்கும் குட்டிப்பிசாசுகூட சேர்ந்திருக்கலாம். ஆதலால் நாங்கள், நம் ஸ்தாபன அமைப்பைப்பற்றி நன்கு விவாதித்துப் பேசிக் கொண்டிருப்பதை, இப்பிசாக்கள் அமைதியாகக் கேட்டுக்கொண்டிருக்க விரும்பியிருக்கலாம். தங்கள் ஸ்தாபனத்தை நன்கு கட்டி வளர்க்க இது அவைகளுக்கு மிகவும் சாதகமாயிருக்குமல்லவா?

இரண்டாவது காரணம்: ஒரு வேளை பிசாசுகள் உலகத்தில் உள்நாட்டு யுத்தம்தோன்றி புரட்சி வீரர்கள் அநேக இடங்களைப்பிடித்து ஆங்கு புதிய ஆட்சிமுறையை நிறுவியிருக்கலாம். நாங்கள் உட்கார்ந்திருந்த சுடுகாடு புரட்சி வீரர்கள் கையில் பிடி பட்டு, அவைகளின் ஆட்சியின் கீழுள்ள பிரதேசமாய் இருந்திருக்கலாம்.

மூன்றாவது காரணம்: உலகின் வருங்காலத்தை உணர்ந்து புரிந்துகொள்ளுவதில் நமது முதலாளிகளைவிட, இப்பேய்களுக்கு அதிக அறிவும் சாமர்த்தியமும் இருந்திருக்கவேண்டும். எதிர் காலத்தில் கம்யூனிஸ சமுதாயம் வருவதைத் தடுக்கமுடியாது எனக் கண்டுகொண்ட இப்பேய்கள் கம்யூனிஸ்ட் கட்சியைப் பொறுத்த வரையில் தலையிடாக் கொள்கையை அனுஷ்டித்திருக்கலாம்.

காரணம் எதுவாயிருந்தபோதிலும் சரி, எந்த விதமான தொந்தரவுகளுமின்றி, நம் ஜெனரல்பாடிக்கூட்டம் நடந்தேறியது. கூட்டத்திற்கு சுமார் 20 பேர்கள் வந்திருந்தார்கள். ஒரு வேளை நமக்குத் தெரியாமல் சில பேய்பிசாசுகளும் வந்திருக்கலாம்.

நமது ஜில்லாக் கிசான் தலைவர்களையும், ஊழியர்களையும், கட்சி அங்கத்தினர்களையும் சந்திப்பதற்காக

மறுநாள், நான் மற்றோரிடத்திற்குச் சென்றேன். ஜில்லா விவசாயத் தலைவர் தலைமறைவாக இருக்கிறார். நான் அவரைப் பார்க்க அக்கிராமத்திற்குள் சென்றபொழுது, ஒரு குடிசைக்கு முன்னால் அநேக விவசாயிகளுக்கு மத்தியில் அவர் இருந்தார். யாரோ ஒரு விவசாயி ஒரு சிறு உடுக்கைத் தட்டிக்கொண்டிருந்தார். இன்னும் சிலர் அதற்குத் தகுந்தபடி, தமாஷாகக் கிராமப் பாட்டுக்களைப் பாடிக்கொண்டிருந்தனர். அந்த ஏழை எளிய விவசாய மக்களுடன் தானும் ஒருவராக எந்தவித வித்தியாசமுமின்றி நம் தோழர் வாழ்க்கை நடத்துகிறார். நானும் நீயும் அவர் மாதிரிக் கடினமான வாழ்க்கையை நடத்துவது மிகவும் கஷ்டம் என்று நான் நினைக்கிறேன்.

இத் தோழர், பழைய சமூக அமைப்பின்படி ஒரு உயர்ந்த ஜாதியைச் சேர்ந்தவர். பணக்கார, நடுத்தர விவசாயக் குடும்பத்தைச் சேர்ந்தவர். பெற்றோர்களுக்கு ஒரே மகன். அவரைப் போல வாழ்க்கை நடத்துவது இலேசான விஷயமல்ல. மேல் கமிட்டிகளில் இருக்கும் நம்மில் அநேகரைக் காட்டிலும் அவர் எவ்வளவோ சிறந்தவர். நாம் பேசும் பேச்சிற்கு ஒன்றும் குறை வில்லை. ஆனால் ஒரு கப் காபியையோ, ஒரு சிகரெட்டையோ, இரண்டு வெற்றிலை பாக்கையோகூட நம்மால் தியாகம் செய்ய முடியாது.

இக்கிராமத்தில் நான் ஜெனரல்பாடிக் கூட்டத்தை கூட்ட முடியவில்லை. நம் முக்கிய தோழருக்கு தேக அசௌக்கியம் ஏற்பட்டப்படியால், கூட்டத்திற்கான ஏற்பாடுகளை ஒன்றும் செய்ய முடியவில்லை. அருகிலிருந்த, நம் கட்சி செல்வாக்குள்ள ஒரு கிராமத்திலிருந்து பெண்கள் உட்பட சுமார் 40 தோழர்கள் வந்திருந்தார்கள். ஆனால் அவர்களும் மிகவும் தாமதித்தே வந்ததால் அன்று நான் கூட்டம் நடத்தமுடியவில்லை. எனவே வந்தவர்கள்கூட ஏமாந்து திரும்பிவிட நேரிட்டது. அன்றைய இரவு தங்குவதற்காக மற்றொரு கிராமம் சென்றேன். பின் அங்கிருந்து மறுநாள் திருநெல்வேலி ஜில்லாவிற்குப் புறப்பட்டேன்.

ராமநாதபுரம் ஜில்லாவைச் சேர்ந்த, இன்னொரு தோழரைப் பற்றியும் கூறிவிட்டு இக் கடிதத்தை

முடித்துக்கொள்ளுகிறேன். இவர் நடுத்தர விவசாய குடும்பத்தைச் சேர்ந்தவர். காலேஜ்வரை படித்திருக்கிறார். 1934ம் வருடம் அவர் மதுரை காலேஜில் மாண வராயிருந்த காலத்திலிருந்து நம்முடன் அவருக்குத் தொடர்பு உண்டு. ஆனால் நெடுங்காலம் அவர் வெளிப்படையாக வந்து பொதுஜன அரங்க வேலைகளில் ஈடுபட்டதில்லை. ஆனால் இந்த நெருக்கடி மிகுந்த காலத்தில் அவர் முன்வந்து அபாரசேவை செய்திருக்கிறார். கட்சிக்கும் கிசான் சபைக்கும் தமது கடமையை நிறைவேற்றி செங்கொடியை உயர்த்திப் பிடித்திருக்கிறார். நீயும் நானும் தலைமறைவாகச் செல்ல நேர்ந்ததற்கு முன்னமேயே அவரின் தலைமறைவு வாழ்க்கை ஆரம்பமாய்விட்டது. அவர் கட்சி வேலைகளை நிறைவேற்றுவதற்காக இரவில் 28, 30 மைல்கள் நடந்தும் சென்றார் என்ற செய்தி கேட்டு பிரமித்துப் போனேன். ஏனெனில் அவர் தன் சொந்த வேலைகளுக்காகக்கூட இதற்கு முன் ½ மைல் நடப்பதற்கும் தயங்கியதுண்டு. இதிலிருந்து என்ன தெரிகிறது? தூங்கிக்கொண்டிருப்பவர்களையும் தேச சேவைக்குத் தட்டியெழுப்பி பாட்டாளி மக்களுக்காக ஓடியாடி வேலைசெய்யும் உற்சாகத்தைத் தூண்டக்கூடியது நமது கட்சிதான்.

புரட்சி வந்தனம்,

சுந்தரராஜ்.

பதினெட்டாவது கடிதம்

3-7-47

அன்புள்ள சாகர்,

நான் ஜூன் 25ம் தேதியன்று, திருநெல்வேலியை அடைந்து, நம் கட்சியின் நெடுநாளைய அனுதாபி ஒருவருடன் தங்கினேன். பின் நம் ஜில்லாத் தோழர்கள் திட்டப்பிரகாரம் நான் நாங்குனேரி கிஸான் தளத்திற்குப் புறப்பட்டேன். வழக்கம்போல, பிரயாணம் மிகவும் கஷ்டமாகத்தானிருந்தது. அதிகாலையில் 4-30 மணிக்கு நான் கிளம்பினேன். 5 மைல்கள் தூரம் சைக்கிளில் சென்று, பின் 7, 8 மைல்கள் ரயிலில் போனேன். பின் 5 மணி நேரம் பஸ்ஸிற்காகக் காத்திருந்து, கடைசியில் 20 மைல்கள் பஸ்ஸில் சென்றேன். மறுபடியும் 7 மைல்கள் சைக்கிளிலும், 2½ மைல்கள் நடந்தும் போகவேண்டியிருந்தது. கடுமையான வயிற்றுவலியால் நான் கஷ்டப்பட்டுக்கொண்டிருந்தேன். பல பகற்பொழுதில் தடவை பேதியாய்விட்டது. எனவே குறிப்பிட்ட இடத்தை நான் சாயங்காலம் மணி நான்கிற்குச் சென்றடைந்தபொழுது மிகுந்த களைப்புற்று சோர்ந்து போயிருந்தேன். ஆதலால் பூரண ஓய்வு நான் எடுக்கவேண்டியிருந்தது.

என்னை விருந்தாளியாக ஏற்றுக்கொண்ட நண்பர் இதற்குமுன் ராணுவத்தில் இருந்தவர். நம் கட்சியின் அனுதாபி. இதற்குமுன் காங்கிரஸில் இருந்திருக்கிறார். சுயமரியாதை இயக்கத்திலும் இருந்திருக்கிறார். நன்கு எல்லா விஷயங்களும் தெரிந்தவர். யார் என்று அவருக்குத் தெரியாது. நான் அவர் வீட்டைவிட்டுப் புறப்பட்டுப்

போகும்பொழுது என் பெயர் என்னவென்று கேட்டார். என் உண்மைப் பெயரைச் சொன்னவுடன், மிகுந்த ஆச்சரியத்திலாழ்ந்துவிட்டார். ஜனசக்தியில் வெளிவந்த என் கட்டுரைகளையெல்லாம் படித்திருப்பதாகக் கூறினார். ராணுவத்தில் இருந்த பொழுதுகூட "ஜனசக்தி" தவறாமல் படித்துவந்திருக்கிறார்.

இங்கு நடந்த ஒரு சம்பவம், குறிப்பிடத்தக்கது. நான் இந்த நண்பரின் வீட்டிற்குள் நுழைந்ததை பக்கத்தில் கடைவைத்திருந்த ஒரு பலசரக்குக் கடைக்காரன் பார்த்திருக்கிறான். அவன் ஒரு பிராம்மணன். நம் நண்பர் சாமான்கள் வாங்குவதற்காக, அக்கடைக்குப் போனபோது "உங்கள் வீட்டிற்கு வந்தவர் யார் சார்?" என அக்கடைக்காரன் விசாரித்தானாம். "என்னுடன் ராணுவத்திலிருந்தவர்" என்று நண்பர் பதில்கூறியிருக்கிறார். "அவர் பிராம்மணரா?" என மறுபடியும் கேட்டானாம். "ஆம்" என்று நண்பர் மறுமொழி உரைத்ததும் "பார்த்தாலே தெரியுதே. பிராமணக்களை அவர் முகத்தில் பிராகாசித்துக்கொண்டிருக்கிறது" என்றானாம். இந்த மனப்பான்மை எதைக் காட்டுகிறது? ஜனங்களுக்குத் தங்கள் தங்கள் ஜாதி, குலம், இவற்றிலுள்ள ஆழ்ந்த பற்றைக் காட்டுகிறது. இந்த என் குலம் என்ற உணர்ச்சியை கூட்டமாகவோ மந்தையாகவோ வாழும் மிருகங்களிடம் காணப்படும் உணர்ச்சியாகக் கருதலாம்.

இந்த ஜாதிமனப்பான்மை பிராம்மணர்களிடையே மாத்திரம் காணப்படும் குணாதிசயமல்ல. ஒரு தடவை உத்தமபாளையத்தில் ஸி.கே. இருந்தபொழுது, கந்தசாமித் தேவர் கூட்டத்தில் பேசுவார் என்று நம் தோழர்கள் விளம்பரப்படுத்தினார்கள். அந்த ஜாதி ஜனங்களை ஆகர்ஷிக்கவே, இம்மாதிரி முறையை நம் தோழர்கள் கைக்கொண்டார்கள். அவ்வாறே தேவர்கள் பெருவாரியாகக் கூட்டத்திற்கும் வந்தார்கள். ஜாதி மனப்பான்மையைக் காண்பிக்க இம் மாதிரி எத்தனையோ உதாரணங்கள் கூறலாம்.

இந்தப் பிரதேசத்தில் நல்ல பலமான கிசான் ஸ்தாபன அமைப்பு இல்லை. கிசான் எழுச்சி மாத்திரமே இருக்கிறது.

ஹரிஜன விவசாயிகள் கிசான் சபாவிற்குள் ஏராளமாய்ச் சேர்ந்திருக்கிறார்கள். ஜாதி ஹிந்துக்கள், குறிப்பாக தேவர் சமூகம் சேரத் தயங்குகிறது. ஜாதி மனப்பான்மை இன்னும் ஒழிந்தபாடில்லை. தாழ்த்தப்பட்ட மக்களுடன் ஒன்று சேர்ந்து, ஒரே ஸ்தாபன அமைப்பிற்குள் வரவிடாமல் இந்த ஜாதிக்கொடுமை, ஜாதி ஹிந்துக்களைத் தடுக்கிறது. தேவர் ஜாதியைச் சேர்ந்த இரு இளைஞர்கள் இப்பொழுது முன்வந்திருக்கிறார்கள்.

தேவர் சமூகத்தினருக்கும் கிசான் இயக்கத்தைப்பற்றி எடுத்துச் சொல்லும் வேலைகளை அவர்கள் மேற்கொண்டுள்ளார்கள்.

ஹரிஜன விவசாயிகளிடையே "சங்கம்" என்ற வார்த்தையை உச்சரித்தால் போதும். அது ஒரு மந்திர சக்தியைப்போல் வேலை செய்கிறது. சங்கத்தின் மூலமே தங்களுக்குக் கதிமோக்ஷ முண்டு என அவர்கள் நினைக்கிறார்கள். இதற்கு நான் ஒன்றிரண்டு உதாரணங்களும் கூறமுடியும். பஸ்ஸில் பிரயாணம் செய்வதற்காக நான் போய்க்கொண்டிருந்தபோது வழியில் ஒரு ஹரிஜன கிராமம் இருந்தது. அதற்குள் நானும், என்னுடன் வந்து கொண்டிருக்கும் தோழரும் நுழைந்தோம். உடனே 85 வயது நிறைந்த அந்தக் கிராமத்துப் பெரிய மனிதர் எங்களை அன்புடன் வரவேற்றார். வயதுதான் 85 ஆகிறதே ஒழிய அவர் திடமாகவும், ஆரோக்கியமாகவும் இருந்தார். உணர்ச்சிப் பெருக்கில் இளைஞர்களையும் தோற்கடித்துவிடுவார். என் தாத்தா உயிருடன் இருந்தால் எப்படிப் பேசுவேனோ, அப்படி மிகவும் ஆனந்தமாக அவருடன் பேசிக் கொண்டிருந்தேன். தன் வாழ்க்கை அனுபவங்களைப்பற்றிச் சொன்னார். இந்த எளிய மக்களிடமிருந்து நாம் எத்தனையோ விஷயங்களைத் தெரிந்துகொள்ளவேண்டியிருக்கிறது. இங்கு எங்களுக்கு பதனி கிடைத்தது. அந்த மதுரமான பானத்தை, இந்தத் தாத்தாவுடன் சேர்ந்து குடிக்கும் பாக்கியம் எனக்குக் கிடைத்தது.

இன்னுமொரு உதாரணம். எங்களுக்கு அன்று பஸ்ஸில் இடம் கிடைக்கவில்லை. ஏற்கனவே இருட்டிவிட்டது.

ஆதலால் நாங்கள் 5 மைல் தூரம் நடந்து சென்று ஒரு ஹரிஜனக் கிராமத்தை அடைந்தோம். அப்பொழுது இரவு மணி 10 ஆகிவிட்டது. கிராமமே நல்ல தூக்கத்தில் ஆழ்ந்திருந்தது. தாழ்வாரத்தில் படுத்துக்கொண்டிருந்த ஒருவரைப் போய் எழுப்பினோம். அவருக்கு வயது 80 இருக்கும். எழுந்ததும் "நீங்கள் யார்?" என்று கேட்டார் "நாங்கள் சங்கத்துக்காரர்கள்" என்று பதிலளித்தோம். உடனே அவர் எழுந்து நின்று தன்வசமிருந்த ஒரே பாயையும் எங்களுக்குக் கொடுத்துவிட்டு, அவர் வெறும் தரையில் தூங்கினார். "சங்கம்" என்ற மந்திரச் சொல் இந்த ஜனங்களிடம் அவ்வளவு வேலை செய்கிறது என்பதைப் பார்.

தோழர் பிருத்வி சிங் ஒரு தடவை என்னிடம் கூறியது என் ஞாபகத்திற்கு வந்தது.

"ஓடும் ரயிலிலிருந்து வெளியே குதித்துத் தப்பினேன். கைகளில் விலங்குகள் மாட்டப்பட்டிருந்தன. ஆந்திராவில் ஒரு சிறு கிராமத்திற்குச் சென்றேன். எனக்கோ பாஷை தெரியாது. ஒரு குடிசைக்கு முன் ஏழை விவசாயி ஒருவன் நின்றுகொண்டிருந்தான். அவன் முன்னால் போய் "ஸ்வராஜ் ஸ்வராஜ்" என்று சொன்னேன். உடனே அவன் புரிந்துகொண்டு எனக்குத் தங்குமிடம் அளித்து, என் கை விலங்குகளையும் தகர்த்தெறிந்தான்' என்று கூறினார். அந்த வார்த்தைகள் இப்பொழுது என் நினைவிற்கு வந்தன.

ஆனால் இன்று "ஸ்வராஜ்" என்ற வார்த்தை தன்னுடைய கவர்ச்சியை எல்லாம் இழந்துவிட்டது. "சங்கம்" என்ற வார்த்தை தான் இன்று அடக்கி ஒடுக்கப்பட்ட மக்களின் மனதைக் கவர்ந்து அவர்களுக்கு உற்சாகத்தையளிக்கிறது. சமூக, பொருளாதார அரசியல். துறைகளில் மிகவும் பின்தங்கிக்கிடந்த மக்களிடத்தில் நம்பிக்கையை ஊட்டி அவர்கள் தங்கள் உரிமைகளுக்காக ஆர்த்தெழும்படி செய்த பெருமை நமது கட்சியையே சாரும்.

இந்தப் பிரதேசத்தில் வேலை செய்யும் நம் கிசான் தலைவர் தோழர் நல்லகண்ணுவைப்பற்றி ஒரு வார்த்தை. இவரைப்பற்றி எனக்கு நல்ல அபிப்பிராயம். இன்டர்மிடியட்வரை படித்திருக்கிறார். ஆனால் அவர்

உண்மையில் ஒரு நல்ல குடியான வாலிபன். பார்வையிலும் பழக்க வழக்கங்களிலும் கள்ளங்கபடற்ற எளிய கிராம வாலிபனாகவே இருக்கிறார். கிராமம், கிராமமாக சளைப் பின்றி நடந்து வேலைகளை கவனிப்பார். எவ்வளவு வேலையிருந்தாலும் கொஞ்சங்கூட சளைப்பதில்லை. இவர் மாத்திரம் இன்னும் முன்கை எடுத்து தனது வேலைகளைச் செய்வாரேயானால், அந்த ஜில்லாவில் ஒரு சிறந்த, கிசான் கட்சித் தலைவராக விளங்க முடியும்.

நாங்குனேரியிலிருந்து நான் அம்பைக்குப் போனேன். இங்கும் என் தொடர்பைக் கண்டு பிடிக்கச் சிறிது சிரமமேற்பட்டது" என்னால் குறிப்பிட இடத்திற்கு சரியான நேரத்தில் போவதற்கு வழிகாட்ட வேண்டிய தோழர் அங்கில்லை. அவர் மூலமாகத்தான் நான் என் தங்குமிடத்திற்குப் போகவேண்டும். வேறு வழியில்லாமல் போகவே என்னுடனிருந்த மற்றொரு தோழரிடம் செய்தி சொல்லி அவரை ஆபீஸிற்கு அனுப்பினேன். இதற்கு மத்தியில் நான் தாம்பிரபரணி நதியில் நன்றாகக் குளித்துவிட்டு நேராக ரயில்வே ஸ்டேஷனுக்குப் போய் அங்கே படுத்துக்கொண்டேன். சிறிது நேரத்திற்குப் பிறகு என்னை அழைத்துச் செல்ல வேண்டிய தோழரும் வந்துவிட்டார். அவருடன் தங்குமிடத்திற்குச் சென்றேன்.

இந்த ஜில்லாவில் நம் கட்சியின் அமைப்பு முறை குழம்பிக் கிடக்கிறது. அதை நன்கு சீர்திருத்தி வலுவாகக் கட்டவேண்டும் என்ற எண்ணம் எனக்கேற்பட்டது. ஆனால் இந்த ஜில்லாவில் அடக்குமுறை கட்சியின்மீது கட்டவிழ்த்து விடப்பட்டிருந்தது என்பதும் மறக்கமுடியாது.

திருநெல்வேலியிலிருந்து நான் மதுரைக்கு வந்தேன். மதுரையில் ஒரு கைத்தறி நெசவாளித் தோழருடன் தங்கினேன். இவர் 1936ம் வருடத்திலிருந்து நம்மைச் சார்ந்தவர். அரசியலில் ஈடுபட்டதற்காக, தனது தந்தையால் வீட்டைவிட்டு வெளியே விரட்டப்பட்டார். தன் சொந்த முயற்சியாலேயே முன்னுக்குவந்தவர். எனக்கு நல்ல உணவும், நான் விடைபெற்றுக்கொள்ளும் பொழுது ஞாபகார்த்தமாக ஒரு கைத்தறி நெசவு துண்டும் கொடுத்தார்.

மதுரையில் நான் ஒரு ஜெனரல்பாடி கூட்டத்தில் பேசினேன். சுமார் 100 பேர்கள் வந்திருந்தார்கள். அங்கிருந்து தஞ்சாவூருக்குப் பயணமானேன்.

புரட்சி வாழ்த்துகள்,

சுந்தரராஜ்.

பத்தொன்பதாவது கடிதம்

24-7-47

அன்புமிக்க சாகர்,

மதுரையிலிருந்து தஞ்சைக்கு நான் புறப்பட்டதைப்பற்றி நீ முன் கடிதத்திலேயே படித்திருப்பாய், "மிராசுதார்" என்னை அங்கு 9ம் தேதி இரவு வரும்படியாக சொல்லியிருந்தார். ஆனால் 10ம் தேதி இரவுதான் அங்கு குறிப்பிட்ட இடத்திற்கு நான் வரமுடியும் என்று எழுதியிருந்தேன். இந்த ஏற்பாட்டைக்கூட என்னால் நிறைவேற்ற முடியவில்லை. ஏனெனில் திருச்சியைத் தாண்டி எந்த ஸ்டேஷனுக்கும் டிக்கெட் கொடுக்க ரயில்வே அதிகாரிகள் மறுத்தார்கள். நாம் வேலை நிறுத்தத்திற்கு தலைமைதாங்கியதற்காக நம்மேல் வஞ்சம் தீர்த்துக்கொள்ளுகிறதோ ரயில்வே கம்பெனி என்று தோன்றிற்று. ஆனால் இந்த விதி எனக்கு மாத்திரமல்ல, எல்லோருக்கும்தான், என்று தெரியவந்தது.

ஒரு பிரயாணி கும்பகோணத்திற்கு டிக்கெட் கேட்டால் மாயவரத்திற்குத்தான் டிக்கெட் கொடுக்கப்படும் என்று புக்கிங் கிளார்க் சொல்லுவார். மணப்பாரை போகவேண்டுமானால் டிக்கெட் திண்டுக்கல்லுக்குத்தான் கிடைக்கும். இதைப்பற்றி யாராவது புக்கிங் கிளார்க்கிடம் ஆட்சேபித்தால், உடனே அவர் கேலிச் சிரிப்புடன் "உங்களுக்கு ஸ்பெஷலாக டிக்கெட் அச்சடிச்சி வருது. போங்கய்யா, வழியைவிட்டுட்டு. மீதிப்பேர் டிக்கெட் வாங்கட்டும்" என்று கிண்டலாக பதில் கூறுவார்.

எனவே நான் திருச்சிக்குத்தான் டிக்கெட் வாங்கும்படி நேரிட்டது. டிக்கெட் கொடுக்கும் முறையில் உள்ள இந்த ஊழலைப்பற்றி சாதாரண ஜனங்கள் என்ன நினைக்கிறார்கள்? அவர்களுடைய விமர்சனங்கள் கேட்பதற்கு ரஸமானவை. இந்தக் காங்கிரஸ்காரர்களுக்கு நிர்வாகம் எப்படி நடத்துகிறது என்பதே தெரியாது. இவர்கள் அதிகாரத்துக்கு வந்தபிறகு எந்த சாமானுமே கிடைக்கிறதில்லை. ரெயில்வே டிக்கெட்டுக்குக்கூட இப்பொழுது பஞ்சம். சண்டை நடந்துகொண்டிருந்தபோது கூட இந்தமாதிரி கஷ்டம் இல்லை. நம்முடைய பணத்தை அப்படியே மோசம்செய்து எடுத்துக்கொள்ளத்தான் காங்கிரஸ் சர்க்கார் இந்தத் தந்திரம் பண்ணியிருக்கவேண்டும்." சாதாரண மக்களுடைய இந்த விமர்சனங்களை டில்லியிலிருக்கும் நேருவும், படேலும் போன்றவர் சென்னையிலிருக்கும் ரெட்டியாரும், சுப்பராயன்களும் கேட்டால் எவ்வளவு நல்லதாயிருக்கும்! அப்பொழுதுதான் தங்கள் ஆட்சியைப்பற்றி பொதுஜனங்கள் எப்படிப் பேசிக்கொள்ளுகிறார்கள் என்று அவர்களுக்குத் தெரியவரும். இது இப்படி.

சிறிதுநேரம் ரயிலில் பிரயாணம் செய்துவிட்டு ஒரு குறிப்பிட்ட ஸ்டேஷனில் வண்டியைவிட்டு இறங்கினேன். திருச்சியிலிருந்து தஞ்சைக்கு எனக்கு டிக்கெட் வாங்கிக்கொடுக்க, யாராவது தெரிந்த நபர்கள் அதே வண்டியில் பிரயாணம் செய்கிறார்களா என்று வண்டி முழுவதும் துருவித் துருருவிப் பார்த்தேன். யாரும் அகப்படவில்லை. எனவே நான் திருச்சியிலிருந்த தங்குமிடத்திற்கே சென்றேன்.

திருச்சியிலிருந்து "மிராசுதாரிடம்" ஒருவரை அனுப்பினேன். என்னை 12ம் தேதி இரவு தன்னிடத்திற்கு வரும்படி சொல்லியனுப்பினார். ஆனால் அவரிடமிருந்து செய்தி கொண்டு வந்தவர் மிகவும் தாமதித்து வந்ததால் நான் அன்று புறப்பட முடியவில்லை. 13–ம் தேதிதான் திருச்சியை விட்டுப் புறப்படும்படி நேரிட்டது. குறித்த இடத்தில் எனக்காக முன் தினம் 12–ம் தேதியே ஒரு தோழர் காத்திருந்துவிட்டு நான் வராததால் ஏமாற்றத்துடன் திரும்பிப்போய் விட்டார்.

நான் குறிப்பிட்ட இடத்தை அடையும்பொழுது அதிகாலை 4-30 மணி இருக்கும். இரவு விரைவாக கழிந்துகொண்டே வந்தது. காலங்கடத்த நேரமில்லை. 5-30 மணிக்குள் எங்கேயாவது நான் பதுங்கிக்கொள்ள வேண்டியிருந்தது. அந்த நகரத்தில் எல்லோரும் என்னை நன்கு அறிவார்கள். என்ன செய்வது? எனக்கு நினைப்பதற்குக்கூட நேரமில்லை. ஒரு வினாடிகூட இழக்கமுடியாத நிலைமை.

நான் தொழிற்சங்க ஆபீஸிற்கு விரைந்தேன். கதவை ஓங்கித் தட்டினேன். ஒருவர் கதவைத்திறந்தார். நான் நம் தோழர்களைப் பற்றி விசாரித்தேன். தான் அந்த இடத்திற்கு புதிது என்றும், தனக்கு எந்தத் தோழரையும் தெரியாது என்றும் பதில் கூறினார். நான் விடாது உள்ளே சென்றேன். அங்கே மற்றொருவர் படுத்துக் குறட்டைவிட்டுக் கொண்டிருந்தார். அவரைத் தட்டி எழுப்பினேன். அவர் விழித்துக்கொன்டார். ஆனால் என்னை அடையாளம் கண்டுகொள்ளவில்லை. நான் என் தலையிலிருந்த குல்லாயை எடுத்துவிட்டு "என்னைத் தெரியவில்லையா?" என்று அவரிடம் சத்தம் போட்டேன். கண்களை நன்றாக கசக்கிக்கொண்டு என்னை விழித்துப் பார்த்தார். உடனே எழுந்து, உட்கார்ந்து கொண்டு கைகளை மடக்கி 'லால் சலாம்' செய்தார். பிறகுதான் எனக்கு நிம்மதி ஏற்பட்டது. இவரும் என்னைத் தெரியாது என்று கூறியிருந்தாரானால், என் நிலைமை மிகவும் ஆபத்தாக போயிருக்கும். பார்த்தவுடன் இந்தத் தோழருக்கு என்னைத் தெரியவில்லை. தூக்க மயக்கத்தில் அவருடைய பர்சை கொள்ளையடிக்க யாரோ திருடன் வந்திருக்கிறானென்று கனவு கண்டதாகவும் அவர் கருதியிருக்கக்கூடும்.

இந்தத் தோழர் என்னை ஒரு மறைவான இடத்திற்கு அழைத்துச் சென்றார். பின் அங்கிருந்து நான் "மிராசுதார்" இருந்த இடத்திற்குச் சென்றேன். ஆனால் நான் அங்கு போவதற்கு முன் அந்த ஜில்லா தோழர்கள் எல்லோரும் அந்த இடத்தைவிட்டுப் போய்விட்டார்கள். நான் "மிராசுதாரு"டன் இரண்டு நாட்கள் தங்கிவிட்டு, திருச்சிக்குத் திரும்பினேன்.

அங்கு நடந்த முக்கியமான தோழர்களின் ஜெனரல் பாடி கூட்டத்தில் கலந்து கொண்டேன்.

எனது பிரயாணத்தின் போது நடந்த மற்றொரு சம்பவத்தைப்பற்றி நான் உன்னிடம் சொல்லவேண்டும். ஒரு பஸ் ஸ்டாண்டில் பஸ்ஸிற்காகக் காத்துக்கொண்டிருந்தேன். பஸ்ஸிற்காக காத்துக்கொண்டிருந்த இன்னொரு பையன் என்னையே கவனித்துக் கொண்டிருந்தான். சிறிது நேரம் கழித்து என்னருகில் வந்து மெதுவாக உங்களுக்கு எந்த ஊர் சார்? என்று கேட்டான். மதுரை என்று நான் பதில் சொன்னேன். "நீங்கள் ஒட்டன் சத்திரத்திற்கு வந்திருக்கிறீர்களா?" என்று மறுபடியும் கேட்டான் அந்தப் பையன். என்னை அந்தப் பையன் அடையாளம் தெரிந்து கொண்டிருக்கிறான் என்று உணர்ந்த நான், அவனிடம் மேலும் மறைப்பது பிரயோஜனமில்லை என நினைத்து "ஆமாம்" என்று பதில் சொன்னேன். உடனே அந்தப் பையன் "தோழரே! நான் திண்டுக்கல் தோழரின் மைத்துனன். என் சகோதரியைத்தான் அவர் கல்யாணம் செய்துகொண்டிருக்கிறார்" எனக் குறிப்பிட்டான். அவன் குறிப்பிட்ட தோழர் தற்சமயம் மதுரை ஜில்லாவில் தலைமறைவாயிருக்கிறார். இரக்கந் தோன்றும் கண்களுடன் "இன்னுமெத்தனை நாள் நீங்கள் இப்படி கஷ்டப்படவேண்டியிருக்கும்" என வருத்தமாகக் கேட்டான். "நம் லக்ஷியத்தை அடையும் வரை" என நான் பதிலளித்தேன். அவன் அக்கேள்வி கேட்டபொழுது அவனுடைய மனதில் அவனுடைய மைத்துனர் தலைமறைவு வாழ்க்கையில் அனுபவிக்கும் எல்லையிலாத் துன்பங்கள் அதிகமாக இருந்திருக்குமென்பது நிச்சயம். நாம் படும் கஷ்டம், ஒவ்வொருவருடைய ஹிருதயத்தையும் தொட்டிருக்கிறது.

திருச்சியிலிருந்து நான் நேராக சேலம் ஜில்லாவிற்கு, "ஜமீன் தாரி"ன் வீட்டிற்குப் போனேன். அங்கிருந்த தோழருடன் ஒரு கிராமத்திற்குப் புறப்பட்டேன். பிரயாணம் 7 மைல் பஸ்ஸிலும், 8 மைல் கால்நடையிலும் செய்ய வேண்டியிருந்தது.

பஸ் பிரயாணத்தைப்பற்றி ஒரு வார்த்தை. அந்தப் பஸ் டிரைவரும், கண்டக்டரும் வெகு தாராள மனம்

படைத்தவர்கள். யாருக்கும் இடம் இல்லை என்று கூறவிரும்பாதவர்கள். அந்த பஸ்ஸில் சாதாரணமாக 21 பிரயாணிகள்தான் பிரயாணம் செய்ய முடியும். ஆனால் அதற்குள் 45 முதல் 50 பேர் வரைக்கும் இட மளிக்கப்பட்டது. போகும் வழியில் யார் கை காண்பித்தாலும் சரி, உடனே பஸ்ஸை நிறுத்தி சார்ஜை வாங்கிக்கொண்ட பிறகே அவர்களை ஏற்றிக்கொள்ளுகிறார்கள். ஆனால் யாரும் பஸ் டிரைவரையோ, கண்டக்டரையோ உட்கார இடம் மாத்திரம் கேட்கக் கூடாது. பஸ்ஸில் ஏறிவிட்டால், பிறகு எல்லா விஷயங்களையும் பிரயாணிகளே கவனித்துக் கொள்ளவேண்டும். பஸ்ஸிற்குள் "ஏய், ஏய்" என் மூக்குப் போச்சு, என் விரல் போச்சு" என்று ஒரு முணங்கல்; "யாரப்பா நீ, காட்டான் மாதிரி, காலைப் பிடிச்சு செருப்புக்காலால் மிதிக்கிறே" என்று ஒரு அலறல். மற்றொருவர் தன்மேல் வந்து உட்காரும் ஒருவரைத் தன் இரு கைகளாலும் தாங்கிப்பிடித்துத் தள்ளுதல். "அடே நானும்தான் காசு கொடுத்திருக்கிறேன். சும்மா இல்லை. ரொம்பத்தான் தள்ளுறீரே என்ன என்று அவர் உறுமுவது, எல்லாம் ரசமான காக்ஷிகள். இந்த லக்ஷணத்தில்தான் நானும் நம் தோழரும் 46-வது 47-வது பிரயாணிகளாக பஸ்ஸிற்குள் ஏற்றிக்கொள்ளப்பட்டோம். அந்தமட்டும் நாங்கள் செய்த அதிர்ஷ்டம், எங்கள் காலை யாரும். மிதித்துத் துவைக்கவில்லை.

இருட்டியபிறகு, நாங்கள் போகவேண்டிய இடத்தை அடைந்தோம். எனது தங்குமிடம் மிகவும் வசதியாயிருந்தது. ஒரு மத்தியதர விவசாயியின் வீடு. பால், தயிர், நெய் முதலியவை எல்லாம் ஏராளமாகக்கிடைத்தன. நான் இங்கு இரண்டு நாள் தங்கினேன். ஜில்லா தலைவருட்பட எல்லா முக்கிய தோழர்களையும் சந்தித்தேன். ஜில்லா தலைவர் நல்ல வெள்ளை ஆடை தரித்து அசல் வியாபாரியைப்போல் காட்சி அளித்தார்.

சேலத்திலிருந்து "சென்டரு"க்கு (தலைமையிடத்துக்கு) வந்தேன். ஆனால் கதவு பூட்டிக்கிடந்தது. நான் வந்தபொழுது காலை 10 மணி இருக்கும்: அதிர்ஷ்டவசமாக எனக்கு சாவி கிடைத்தது. எனவே, நான் அங்கேயே நன்றாகக் குளித்துவிட்டு சமையற்காரருக்கு மாலை 3 மணி வரையிலும் காத்திருந்தேன்.

முந்திய நாள் இரவுகூட நான் முழுப்பட்டினியாதலால் இப்பொழுது என்னைப் பசி விழுங்கிக்கொண்டிருந்தது. ஆதலால் 3 மணிக்கு வெளியே போய் கொஞ்சம் பசிதீர ரொட்டி வாங்கித் தின்றேன். அன்று இரவு சமையல் செய்ய நண்பர் வந்தார். அத்துடன் எனது கவலையும் தீர்ந்தது. இத்துடன் இன்று நிறுத்திக் கொள்ளுகிறேன். மற்றவை பின்னால்.

புரட்சி வாழ்த்துகள்,

சுந்தரராஜ்.

இருபதாம் கடிதம்

16–8–47

அன்புள்ள சாகர்,

தொழிலாளர்கள், விவசாயிகள், பொதுமக்கள் முதலியோர் கிளர்ச்சி செய்ததன் பயனாக, ஏழுமாத தலைமறைவு வாழ்க்கைக்குப் பின் விடுதலைபெற்று வெளிவந்து, சுதந்திரநாளில் மக்களுடன் சேர்ந்து சுதந்திரத் திருவிழாவை ஜனங்கள் மத்தியில் அவர்களுடன் கொண்டாடும் பாக்கியம் எனக்குக் கிடைத்தது. என்னைப் பொறுத்தவரையில் அது 24 மணிநேர சுதந்திரமாகவே இருந்தாலும் அதில் நானும் பூர்ணமாக கலந்துகொண்டு சுதந்திரமாகக் கொண்டாடத்தான் வேண்டுமென்று விரும்பினேன்.

14ம் தேதி இரவு. நான் என் பதுங்குமிடத்தைவிட்டு வெளியேறி சரியாக 9–15க்கு சென்னைக்குள் நுழைந்தேன். எங்கு பார்த்தாலும் ஒரே குதூகுலம். ஜனங்கள் ஆயிரக்கணக்கில் எங்கு பார்த்தாலும் போய்க்கொண்டிருந்தார்கள். நான் 10 மணிக்கு நம் கட்சி ஆபீஸை அடைந்தேன். அங்கு சிறிதுநேரம் இருந்தபின்னர் கிஸான் சபா ஆபீஸிற்குச் சென்று படுத்துத் தூங்க முயற்சிசெய்தேன். ஆனால் நடுநிசியிலும் ரேடியோ சப்தம் கேட்டது. அரசியல் நிர்ணய சபையின் நிகழ்ச்சிகளை ரேடியோ ஒலிபரப்பிக் கொண்டிருந்தது. ரேடியோவின் அருகில் விரைந்து நிகழ்ச்சிகளைக் கவனித்தேன். இடிமுழக்கம்போல் பண்டிதநேருவின் பிரசங்கத்தையும், இறுதியில் மதராஸ் நிலையத்தாரால் அஞ்சல் செய்யப்பட்ட நம் தேசீய மகாகவி

பாரதியின் "விடுதலை கீதமும்" கேட்டேன். "ஆம், சுதந்திரம் வந்துவிட்டது. விடுதலை கிடைத்துவிட்டது. ஆனால், பாரதி கனவில் கண்ட விடுதலை அல்ல; பூர்ஷுவா வர்க்கத்தின் கொடுமைகளை வன்மையாக கண்டித்த பாரதிமாத்திரம் இன்று உயிருடன் இருந்திருப்பாரேயானால், அவரும் வேலூர் சிறைக்குள் தள்ளப்பட்டிருப்பார் என்றெல்லாம் நான் என் மனதிற்குள் எண்ணிக்கொண்டேன்.

ரேடியோவைக் கேட்டுவிட்டு என் அறைக்குத் திரும்பினேன். என் பக்கத்து அறையில் வசிக்கும் இருவர் என் அறைக்கு வந்தனர். நாங்கள் பல்வேறு விஷயங்களைக் குறித்து இரவு 3 மணி வரையிலும் பேசிக்கொண்டிருந்தோம். 3 மணிக்கு நான் படுத்துத் தூங்க முயற்சித்தேன். ஆனால் அடுத்த வீட்டில் சுதந்திர தினத்தைக் கொண்டாடிக்கொண்டிருப்பவர்கள் நிகழ்த்திய பிரசங்கங்களும் கூச்சல்களும் என் காதைத் துளைத்தன. பாட்டும், பேச்சும், 5-30 மணிவரையில் நடந்துகொண்டேயிருந்தன. எனவே, ராத்திரி முழுவதும் ஒரு வினாடிகூட தூக்கமில்லாத சிவராத்திரியாக முடிந்தது.

காலையில் நான் ஆபீஸிற்கு வந்தேன். அங்கு வந்தவர்கள் எல்லோருடனும் உற்சாகமாகப் பேசிக்கொண்டிருந்தேன். மத்தியானம் 3 மணிக்கு, நானும் எம். ஆர். வி.யும் மகாஜன சபாவிற்கு சென்றோம். அந்த பொசுக்கும் வெயிலில் உருகிய தார் ரோட்டில் எப்பக்கம் பார்த்தாலும் ஜனத்திரள். பல்லாயிரக்கணக்கில் எங்கு பார்த்தாலும் ஜனங்கள். நான் என் ஆயுளிலேயே முதன் முதலாக இந்திய சிப்பாய்கள் தேசீய கோஷங்களை உற்சாகமாக கோஷித்துக்கொண்டு சென்றதை அன்றுதான் கண்டேன்.

மகாஜன சபா ஹாலில் மாஜி பிரதமர் பிரகாசமும், நம் தோழர் எம்.ஆர். வி.யும் ஒரே மேடையில் பேசியது ஆச்சரிய மாகத்தானிருந்தது. மகாஜன சபையிலிருந்து நானும் எம்.ஆர்.வி.யும் ஐலண்ட் கிரௌண்ட் மைதானத்திற்கு (Island ground) நடையைக் கட்டினோம்.

மக்களின் உற்சாகம் கரைகடந்துநின்ற காட்சியை அங்கு கண்டோம். ஒரு லட்சம் பேருக்குமேல் அங்கு கூடி யிருந்தார்கள். எங்கும் ஒரே ஜனசமுத்திரம், அன்று தேசியக்

கொடியை தங்கள் சட்டையில் அணியாத ஆளைக் காண்பதே அரிது. தாங்கள் இந்தியர்களைவிட மேலானவர்கள் என நினைத்துக்கொண்டு, பிரிட்டன்தான் தங்கள் தாயகம், இந்தியாவல்ல என எண்ணித் திரிந்த சட்டைக்காரர்கள் (Anglo Indians) கூடத் தங்கள் தங்கள் சட்டைகளிலோ, தொப்பிகளிலோ பெருமையுடன் தேசியக் கொடியைக் குத்திக்கொண்டிருந்தார்கள். தேசிய இயக்கத்தில் இதுவரையில் இழுக்கப்படாத பெருவாரியான பெண்மக்களும் சுதந்திர விழாவில் உற்சாகத்துடன் பங்கெடுத்துக்கொள்ள முன்வந்து, தேசீயக் கொடிகளை அணிந்துகொண்டு ஆயிரக்கணக்கில் விழாவில் கலந்து கொண்டார்கள்.

சல்லபள்ளி ராஜாவின் கொடிய ராக்ஷஸப் பிடிப்பில் அகப்பட்டு விழிபிதுங்கி நிற்கும் ஏழை எளிய விவசாய மக்கள் தாங்கள் உயிர் வாழ்வதற்காகச் செய்யும் போராட்டங்களை நொறுக்கி அதை அவர்களின் ரத்தத்திலேயே மூழ்கடிக்க குண்டும் குண்டாந் தடியும் அனுப்பித்த நம் பிரதமமந்திரி, தங்கள் நியாயமான கோரிக்கைகளுக்காக 100 நாட்கள்வரை விடாது பி. அண்டு சி. மில்லின் வெள்ளை முதலாளியை எதிர்த்து அந்தத் தொழிலாளர்கள் நடத்திய வீரப்போராட்டத்தை முறியடித்து நசுக்கி, அடக்கி ஒடுக்கிய நம் பிரதமமந்திரி, இனி நம்முன் இருக்கும் வேலைத்திட்டம், பொருளாதார சமத்துவத்திற்காகப் பாடுபடுவதுதான் என்று காந்திஜியின் பேரில் ஆணையிட்டுக் கூறியது கோமாளித்தனமாக இருந்தது. இன்னும் இதர தலைவர்களும் பேசினார்கள். இவர்களுடைய பேச்சுகள் வாழ்க்கையின் மறுபுறத்தைத் திருப்பிப் பார்க்கும்படி என்னைத் தூண்டியது. கடந்த இரவிலிருந்து 24 மணி நேரமாக நான் அனுபவித்துவந்த சுதந்திர ஆனந்தம் குறையத் தொடங்கிவிட்டது.

தோழர் ஜீவாவுடன் சேர்ந்து நான் கட்சி ஆபீஸிற்குப் புறப்பட்டேன். வழியில் மறுபடியும் அதே ஜனத்திரள்தான். ஆனால் இப்பொழுது எனக்கு அந்தப் பெருங்கூட்டம் திட்டவட்டமில்லாமல், என்னசெய்வது என்று ஒன்றும் தோன்றாமல் கட்டுப்பாடு இன்றி, அங்குமிங்கும் அலைந்துதிரியும் பெருங்கூட்டமாகவும், நாம் என்ன என்ன கோஷங்களை வானமதிர கோஷிக்கிறோம், அதற்கு

அர்த்தமென்ன? என்று தெரிந்துகொள்ளாத ஜனத்திரளாகவும், நமகென்ன கிடைத்திருக்கிறது, என்ன நன்மையை நமக்கு அது கொண்டுவரும் என்று அறியாத கூட்டமாகவும் தோற்ற மளித்தது.

நான் சில வருடங்களுக்குமுன் "மாஸ்கோவின் மே தினக் கொண்டாட்டத்தை"ச் சினிமாவில் பார்த்தேன். அதற்கும் இதற்கும் ஒப்பிடமுடியுமா? அங்கே என்ன கட்டுப்பாடான, ஒழுங்கான கூட்டம், வீதிகளில் அவர்கள் அணிவகுத்துச்சென்ற காட்சியை என்னவென்று சொல்வது! அங்குள்ள மக்கள் முதலாளித்துவ சமுதாய அமைப்பை மாற்றி, சோஷலிஸ சமுதாயத்தைச் சிருஷ்டிப்பதற்காக, ஒழுங்கான முறையில், கட்டுப்பாடாக ஒன்று திரட்டப்பட்டவர்கள். நவம்பர் புரட்சிக்கு முன்பு "நாம் எதற்காகப் போராடுகிறோம், நமது லட்சியம் என்ன? போராடி வெற்றி கிட்டினால் நாம் அடையப்போகும் மகோன்னதமான வாழ்வு எப்படி இருக்கும்?" என்றெல்லாம் அம்மக்கள் தெளிவாக அறிந்திருந்தார்கள். ஆனால் இங்கோ? அன்னியன் தொலைந்தான். அவன் பேய்ப்பிடியிலிருந்து மீண்ட நம்மக்கள், வருங்காலம் எப்படியிருக்கும் என்பதை அறியார்கள். ஆகவேதான் இந்த குழப்பமான ஒழுங்கற்றதன்மை. நான் இரவு 9 மணிக்கு ஆபீஸிற்குச் சென்றேன். பிறகு உடனே அங்கிருந்து என் பதுங்குமிடத்திற்குச் சென்றுவிட்டேன்.

என் பதுங்குமிடத்திற்குப் போக நான் ஒரு மைல் தூரம் நடக்கவேண்டியிருந்தது. என்னுடன் வீடுகட்டும் கொத்தர்களும் சில ரிக்ஷா இழுப்பவர்களும் இருந்தார்கள். அன்று மாலையில் நடைபெற்ற கொண்டாட்டத்தைப்பற்றி, அவர்கள் என்ன நினைக்கிறார்கள் என்பதைத் தெரிந்துகொள்ள எண்ணினேன்.

"இந்தக் கொண்டாட்டங்களுக்குப் போய்விட்டுத்தான் வருகிறீர்களா?" என நான் ஒரு கொத்தனாரிடம் கேட்டேன். "அதெல்லாம் பணக்காரங்களுக்குத்தாங்க, என்ன சுயராச்சியமுங்க போங்க, நான் நாள் முழுவதிலும் உழைத்தாலும் ரூ. 1–6–0 தான் கூலி கிடைக்குது. இந்த லட்சணத்திலே மாசத்துக்கு 10 நாள் வேலை கிடைக்கிறதில்லே.

என் வீட்டிலோ, நான், என் மனைவி, 3 குழந்தைகள். இப்போ கிடைக்கிற ரேசன் 8 அவுன்ஸ் ஒரு வேளைக்குக்கூட பத்துறதில்லிங்க. காலம்பற கஞ்சியைக் குடிச்சிட்டு புறப்பட்டவனுங்க. குழந்தை குட்டிகளெல்லாம் இன்னும் நான் வல்லையேன்னு என் வழியைப் பார்த்துகிட்டேயிருக்கும். இப்பவே ராத்திரி 10–30 மணி ஆயிட்டதுங்களே. சுருக்காப் போவுணும், என்னங்க இந்தக் கஷ்டமெல்லாம் என்னிக்குத்தான் தொலையும்?" என்று அவர் கேட்டார். வறுமையில் உழலும் அவர் ஏழ்மையின் பரிதாபத்தோற்றம் அவரது ஏங்கும் கண்களில் பிரதிபலித்தது.

இக்கேள்வியைக் கேட்டதும் ரிக்ஷா இழுப்பவன் பதில் சொல்ல ஆரம்பித்தான் "காங்கிரஸ்காரர்களுக்கு சுயராச்சியம் வந்திச்சு, அப்ப ஆரம்பிச்சுச்சி நம்ம கஷ்டங்களெல்லாம். வெள்ளைக்காரன் இருந்தப்ப, நல்ல வேட்டி, சட்டை துணிகளெல்லாம் கிடைச்சுது. நிறைய அரிசியும் அம்புட்டது. இப்ப என்னடாண்ணா ஆண்டியாப்போற காலம் வந்திடுச்சி. பட்டினிதான். ஒண்ணு கிடைக்கமாட்டங்கிறது சாப்பிடறதுக்கு. பணக்காரங்க, தங்க கிழிஞ்ச துணிகூட எங்களுக்குத் தரமாட்டேங்கராங்க. அவங்கெல்லாம் ஆசைபிடிச்சுப் போனாங்க. என்ன சுயராச்சியம் வேண்டிக்கிடக்குங்க."

நான் அவர்களுக்கு உண்மை சுதந்திரம் என்றால் என்ன, அது எப்படி இருக்கவேண்டும் என்று எடுத்துச் சொன்னேன். அது அவர்களுக்கு விளங்கிற்றோ இல்லையோ எனக்குத் தெரியாது.

ஆம். இன்று 'சுயராஜ்யம்' என்ற வார்த்தை தன் சக்தி எல்லாவற்றையும் இழந்துவிட்டது. வழி தெரியாமல், உயிர்வாழ வாழ்க்கையின் வசதியில்லாமல் திண்டாடித் தவிக்கும் மனித சமூகத்திற்கு அவ்வார்த்தை அர்த்தமற்றதாகிவிட்டது. இச்சமயம் என் மனது 1921–22ம் வருடங்களைப்பற்றி எண்ணத் தொடங்கியது.

அக்காலத்தில் 'சுயராஜ்யம்' என்ற வார்த்தை எல்லா இளைஞர்களையும் தியாக அக்னியில் குதிக்கும்படி ஆவேசமூட்டியது. ஒரு மந்திர சக்திபோல் மக்களைத் தட்டி எழுப்பியது. தாய், சகோதரன், உற்றார்,உறவினர், நண்பர்,

படிப்பு எல்லாவற்றையும் உதறித்தள்ளி காலேஜை விட்டு வெளியேறி அன்று நடந்த ஒத்துழையாமை இயக்கத்தில் குதிக்கும்படி எனக்கு அந்த வார்த்தை உணர்ச்சியூட்டியது. தேசிய இயக்கத்தில் சேர்ந்ததற்காக நான் வீட்டை விட்டு விரட்டப்பட்டேன். சொல்லொணாக் கஷ்டங்கள் என் முன் மலைபோல் நின்றன. எல்லாவற்றையும் புன்முறுவலுடன் சகித்துக்கொள்ள இந்த வார்த்தை எனக்கு உயிர்கொடுத்தது. ஆனால் இன்றே 25 வருஷங்களுக்குப் பின், இவ்வார்த்தை எளிய மக்களிடம் உற்சாகத்தை உண்டாக்கவில்லை. எனக்கும் அப்படித்தான்.

என் மனம் இன்னும் எனது கடந்த கால வாழ்க்கையைப்பற்றியே நினைத்துக்கொண்டிருந்தது. 1921–22ம் வருடம் போராட்டம் முடிவடைந்துவிட்டது. தோல்வி கண்டபின் தேசீய இயக்கமே பின்னால் தள்ளப்பட்டுவிட்டது. கலாசாலையைவிட்டு வெளியேறிய நான் இடத்திற்கு இடம், ஊருக்கு ஊர் நாடோடியாக அலைந்து திரிந்தேன். மறுபடியும் 1930ல் போராட்டம் வந்ததும் நான் அதில் சேர்ந்தேன். திருச்சியில் கைது செய்யப்பட்டு சிறைக்குள் தள்ளப்பட்டேன்.

நான் ஒரு ஈடுத்தர வகுப்பைச் சேர்ந்தவன். எனவே அவ்வகுப்பிற்கு இயற்கையாகவே அமைந்த எல்லா கெட்ட குணங்களும் என்னிடம் பூரணமாக இருந்தன. வீட்டிலும் சரி, ஹோட்டலிலும் சரி, நான் சாப்பிடும் உணவில் ஒரு அணுப்பிரமாணம் வேறு ஏதாவது கருப்பாக இருந்துவிட்டாலும் போதும், பார்க்கவேண்டுமே என் ஆவேசத்தை. பிளேட்டுகளை சாதத்துடன் அப்படியே வீசி எறிந்துவிடுவேன். ஆனால் ஜெயிலில் எனக்கு அதற்கெல்லாம் சரியான பாடம் கிடைத்தது. சி. கிளாசில் இருந்ததால் எனக்குக் கிடைத்தது மக்கிப்போன அரிசிச் சாதம்தான். அதிலும் ஏராளமான புழுப்பூச்சிகள். நான் இப்பொழுது யாரைக் குறைகூற முடியும் (இது எனக்கு ஒரு நல்ல பாடம் கற்பித்தது. அது 'எது உனக்குக் கிடைத்தாலும் அதைச் சாப்பிடு' என்பதேயாகும். அன்றிலிருந்து நான் எந்த உணவையும் விலக்கித் தள்ளுவதே இல்லை. என்ன கிடைத்தாலும் சாப்பிடுவதற்கு என்னைப் பழக்கப்படுத்திக்கொண்டேன்.

சிறையில் எத்தனையோ தேசபக்தர்களுடன் பழகும் சந்தர்ப்பம் கிடைத்தது. பல்வேறு அபிப்பிராயங்கள் கொண்டவர்களும் இருந்தார்கள். வங்க பயங்கர இயக்கவாதிகளில் சிலரும் திருச்சி சிறையில் இருந்தார்கள். அந்த காலத்தில் எனக்கு அரசியலைப் பற்றி ஒன்றும் தெரியாது. வெகு சுலபமாக உணர்ச்சிவேகத்தின் வலையில் சிக்குவேன். 1930ல் இரண்டு தடவை சிறை தண்டனை கிடைத்தது. முடிவாக காந்தி-இர்வின் ஒப்பந்தம் நடந்ததும் விடுதலை செய்யப்பட்டேன்.

நான் மறுபடியும் 1932ல் கைது செய்யப்பட்டேன். ஆனால் தண்டிக்கப்பட்டு சிறைக்குள் தள்ளப்படுமுன் மூன்று முறை நான் மிகவும் கடுமையாக லத்தியினால் நொறுக்கப்பட்டேன். நான் செய்ததெல்லாம் சென்னையிலுள்ள சில பெரிய ஜவுளிக்கடை களின்முன் நின்று அன்னியத்துணி மறியல் செய்ததேயாகும். (இன்று இந்தக் கடைகளெல்லாம் ஜெகத்ஜோதியாய் மின்சார விளக்குகளால் அலங்கரிக்கப்பட்டு பிரகாசித்துக் கொண்டிருக்கின்றன பெரும் பெரும் மூவர்ணப் பட்டுக்கொடிகள் இவைகளின் மேல் அசைந்தாடிக் கொண்டிருக்கின்றன. என்னே! காலத்தின் கோலம்!) - நான் சென்னை சிறைச்சாலைக்கு அனுப்பப்பட்டேன். அப்பொழுது, சிறையில் சுபாஷ் பாபு, முகுந்தலால் சர்க்கார், கம்யூனிஸ்ட் அமீர் ஹைதர்கான் முதலியோர் இருந்தார்கள்.

சுபாஷ் சந்திர போஸ் மீது எனக்கு கவர்ச்சி ஏற்பட்டது. பொழுதுபோவது தெரியாமல் அவருடன் எத்தனையோ விஷயங்களைப்பற்றிப் பேசுவேன். ஆனால் எனக்கு எந்தவிதமான அரசியல் தெளிவும் அதனால் ஏற்படவில்லை.

ஒரு நாள் மாலை ஒரு சிறு சம்பவம் நடந்தது. அச்சம்பவம் தான் என் வாழ்க்கையை அடியோடு மாற்றி, அரசியல் ஞானத்தை எனக்களித்து, நான் இன்று கட்சிக்குள் இருக்கும் பெரும் பேற்றிற்கு அடிகோலியது. நான் சுபாஷ் போஸிடம் பேசிக்கொண்டிருந்துவிட்டு என்னுடைய இடத்திற்கு திரும்பினேன். என் பின்னாலேயே தோழர் அமீர் ஹைதர்கானும் கையில் ஒரு சிறு புத்தகத்துடன்

வந்தார். அந்த புத்தகத்தை என்னிடம் கொடுத்து வாசிக்கச் சொன்னார். முதலில் புரிந்துகொள்ளுவது சற்று சிரமமாயிருக்குமென்று தெரிவித்தார்.

எனக்குத்தான் அப்பொழுது நடுத்தர வர்க்கத்தினருக்கு இயற்கையாக இருக்கும் மண்டைக்கனம் அதிகமாக இருந்ததே. எனவே "உங்களைக் காட்டிலும் அதிக இங்கிலீஷ் தெரியும் எனக்கு என்ன சிரமம் இருக்கப்போகிறது" என்று சிரித்துக் கொண்டே தோழர் கானிடம் கூறினேன். அந்த புஸ்தகம் கார்ல் மார்க்ஸினுடையது" கம்யூனிஸ்ட் அறிக்கையாகும்" (Communist Manifesto).

தோழர் கானைப்பற்றி ஒரு வார்த்தை. இவர் அமெரிக்காவிற்குத் தொழிலாளியாகப் போனவர். அங்குதான் இங்கிலீஷ் பேசுவதற்குக் கற்றுக்கொண்டார். ஆனால் அது நன்கு தெரியாது. இருந்தபோதிலும் தன்னுடைய எண்ணங்களை நன்றாக பிறர் மனதில் பதியும்படி இங்கிலீஷில் சொல்லுவதற்கு அவருக்குத் திறமையுண்டு. பள்ளிக்கூடத்தில் அவர் இங்கிலீஷ் படித்ததே இல்லை.

அன்றிரவு அப்புத்தகத்தை – திரும்பத்திரும்ப படித்தேன். ஆனால் 'உழைப்பு சக்தி', 'நிரந்தரமதிப்பு', 'உபரிமதிப்பு' போன்ற வார்த்தைகளுக்கு எனக்குப் பொருள் விளங்கவில்லை. இவ்வார்த்தைகளுக்குப் பொருள் தெரிந்தாலொழிய அப்புத்தகத்தை ஈன்றாகப் புரிந்துகொள்ளமுடியாது. ஆதலால் சலிப்புடன் அப்புத்தகத்தை ஒருமூலையில் எறிந்துவிட்டு பேசாமல் நிம்மதியாகப் படுத்துத் தூங்கினேன்.

மறுநாள் காலை தோழர் ஹைதர்கான் வந்தார். "புத்தகம் எப்படியிருக்கிறது" என வினவினார். நான் தோற்றுவிட்டேனாதலால் என்னை வெட்கம் பிடுங்கித்தின்றது. ஆனாலும் என் அறியாமையை ஒப்புக்கொள்ள முடியாதபடி அசட்டு கௌரவம் வந்து குறுக்கே நின்றது. பழியைக் கார்ல் மார்க்ஸின் தலைமேல் தூக்கிப்போட்டேன். ஏதோ விஷயத்திற்கு சம்பந்தமில்லாத, தொடர்பில்லாத சில வார்த்தைகளை, அர்த்தமில்லாமல் அவர் உபயோகித்திருக்கிறார் என்று நான் குறைகூறினேன். தோழர் என்னை விடுபவராக இல்லை. புத்தகத்தைக் கையில்

எடுத்துக் கொண்டு வாக்கியம் வாக்கியமாக வாசித்து எனக்கு நன்கு அர்த்தம் விளங்கும்படியாக விளக்கிக் கூறினார். இப்பொழுதுதான் அறியாமையில் மூழ்கினவன் நான்தான் என்றும், மார்க்ஸ் அல்லவென்றும் எனக்குப் புலப்பட்டது.

அன்று மாலை நான் தோழர் கானுடன் வெகுநேரம் பேசிக் கொண்டிருந்தேன். அவர் 'கம்யூனிஸ்ட் அறிக்கை'யிலுள்ள பகுதிகளைப் படித்துக்காட்டி மேலும் மேலும் விளக்கிக் காட்டினார். நான் அவரிடம் முதலில் முறைதவறி நடந்துகொண்டதை மன்னிக்கும்படி கேட்டுக்கொண்டேன். அவருடைய மாணவனாக மாறி விட்டேன். "கம்யூனிஸ்ட் மானிபெஸ்டோ" என்னுடைய பிரியமான புத்தகமாகிவிட்டது. இதற்குப்பின் எனக்கு லெனின் எழுதிய "ஏகாதிபத்தியமும் அரசாங்கமும் – புரட்சியும்" என்ற புத்தகம் கிடைத்தது. அந்த புத்தகம் என்னை ஆகர்ஷித்தது. இது வரை நான், "ஏகாதிபத்யம் ஒழிக" என்று எத்தனையோ மேடைகளிலிருந்தும், ஊர்வலங்களிலும் இடிமுழக்கம் செய்துள்ளேன். ஆனால் அதன் உண்மையான அர்த்தம் இப்பொழுதுதான் எனக்குத் தெரியவந்தது. என் அறிவுக்கண் திறந்தது இப்பொழுது தான்.

சோவியத் ரஷ்யாவைப்பற்றியும், இன்னும் எத்தனையோ விஷயங்களைப்பற்றியும் நான் கேள்விமேல் கேள்விகேட்டுத் தோழரிடமிருந்து தெரிந்துகொள்வேன். விஷயங்களைத் தெரிந்து கொள்ளவேண்டுமென்ற அவா என்னை பீடித்துக்கொண்டது. ஆனால் சில நாட்களுக்கு முன்வரையிலும், நான் சிறையில் உபயோகமற்ற அரட்டை அடித்துக்கொண்டு பொழுதை வீணாகக்கழித்து வந்தேன். என்னைச் சரியான பாதையில் திருப்பி, புத்தகங்களின் மேல் ஆர்வம் உண்டு பண்ணிய பெருமை தோழர் கானையே சேரும்.

நான் வேலூருக்கு மாற்றப்பட்டேன். கான் சேலத்திற்கு அனுப்பப்பட்டார். அக்காலத்தில் தகராறு செய்பவர்களை சேலம் ஜெயிலில்தான் போடுவார்கள். எனவே நானும் தோழர் கானுடன் சேலம் ஜெயிலிற்குப் போவதற்காக, வேலூர் போனவுடன் சிறை அதிகாரிகளுடன் வம்பு

செய்தேன். அதன்பலனாக சேலம் ஜெயிலுக்கு மாற்றப்பட்டு மறுபடியும் தோழர் கானைச் சந்தித்தேன். சிறையை விட்டு வெளியே வந்ததும், மதராஸிலிருந்த "தொழிலாளர் பாதுகாப்புச் சங்கத்தில்" (Labour Protection League). தோழர் சுந்தரய்யாவுடன் சேர்ந்து, சென்னை "மூக்குத்தூள்" தொழிலாளர் யூனியனை ஸ்தாபித்தேன். 1935 ல் காங்கிரஸ் சோஷலிஸ்ட் கட்சி ஸ்தாபிக்கப்பட்டு நான் அதற்குக் காரியதரிசியாக்கப்பட்டேன். இந்த எல்லா சம்பவங்களும் என் மனக்கண்முன் ஒன்றன்பின் ஒன்றாய் தொடர்ந்தாற் போல்வந்தன.

இந்தக் காலங்களில் நாங்கள் போடும் கூட்டங்களுக்கு 10, 15 பேர்தான் வருவார்கள். இருந்தாலும் உற்சாகம் குன்றாது. நாங்கள் மணிக்கணக்காக இடிமுழக்கம் செய்வோம். பின் நான் பி.ஆர்.ஐச் சந்தித்து அவருடைய நெய் வியாபாரத்தை நிறுத்தும் படிச் செய்து, அவரை கட்சிக்குள் இழுத்தது, இவையெல்லாம் நேற்று நடந்ததுபோல என் மனத்திரையில் விழுந்தன. ஜீவாவின் பிரசங்கமாரியைக் கேட்டு நான் புகழ்ந்ததும், நாங்கள் எல்லோரும் "கள்ளிறக்கும் தொழிலாளர் யூனியனை" ஸ்தாபித்து கூட்டங்களும், ஊர்வலங்களும் நடத்தியதும், பொதுத் தேர்தலுக்குப்பிறகு காங்கிரஸ் மந்திரிசபை ஏற்பட்டதும் என் ஞாபகத்தில் இன்னும் பச்சையாகவே யிருக்கின்றன.

காங்கிரஸ் ஆட்சி பீடத்திலிருந்த நாட்களில், நம் மாகாணத்தில் நடந்த வேலைநிறுத்தங்களுக்கு நாங்கள் தலைமைதாங்கி நடத்தினோம். கருங்காலிகள் உள்ளே நுழையாதவாறு மறியல் செய்தோம்.

1930–32இல், காங்கிரஸ் போராட்டங்களில் நாங்கள் கலந்து கொண்டு குண்டாந்தடியால் நொறுக்கப்பட்டபோது, "சுதந்திர வீரர்கள்" என்று போற்றிய காங்கிரஸ் தலைவர்கள் இன்று எங்களை அமைதிக்கு பங்கம் விளைவிப்பவர்கள் என்றும், மறியல் செய்வது பலாத்காரச் செயல் என்றும் சொல்ல ஆரம்பித்து விட்டார்கள்.

நாங்கள் பின் மாகாண காங்கிரஸ் கமிட்டியிலும், அகில இந்தியக் காங்கிரஸ் கமிட்டியிலும் அங்கம் வகித்து சேவை

செய்ததும், யுத்த ஆரம்ப காலத்தில் இதர தலைவர்களுடன் நாங்கள் சிறைக்குள் தள்ளப்பட்டதும், தலைவர்களின் போக்கைக்கண்டு நாங்கள் சலிப்பு அடைந்ததும் இன்று நடந்ததுபோல என் முன்னால் வருகின்றன.

1942-ம் வருட இயக்கமும், காங்கிரஸுக்கும், நமக்கும் ஏற்பட்ட கொள்கை வித்தியாசமும், காங்கிரஸ் தலைவர்களின் விடுதலைக்காகப் பாடுபட்ட நம்மைத் "துரோகிகள்" என்றதும், காங்கிரஸ்காரர்கள் தாக்கியதும், பிறகு காங்கிரஸ் தலைவர்கள் விடுதலையடைந்து நம்மை காங்கிரஸைவிட்டு வெளியே தள்ளியதும், அதே சமயத்தில் படுமோசமான பிற்போக்குப் பிண்டங்கள் காங்கிரஸிற்குள்ளே ஒன்றன்பின்னொன்றாய் புகுந்ததும் நாம் நன்கறிந்த விஷயங்களே. 1946ல் மறுபடியும் பொதுத் தேர்தல்கள்; நம்மைச் சின்னாபின்னப்படுத்தும் நோக்கத்துடன் காங்கிரஸ் தலைவர்கள் செய்த துவேஷப் பிரசாரமும், மறுபடியும் காங்கிரஸ் மந்திரி சபைகள், இவைகளை நினைத்துக்கொண்டே என் பதுங்குமிடத்தை அடைந்துவிட்டேன். பரிபூரணமாக நான் களைத்துப்போயிருந்தும் எனக்குத் தூக்கம் வரவில்லை. என் மனம் மறுபடியும் தன் போக்கின்பிரகாரம் அலையத் தொடங்கிவிட்டது.

தென்னிந்திய ரெயில்வே வேலைநிறுத்தம், வெறிபிடித்த போலீஸின் பேய்த்தாக்குதல், 5 தியாகிகள் குண்டுக்கிரையான விஷயம், நான் கைது செய்யப்பட்டு தொழிலாளர்களுடன் திருச்சி சிறையில் வைக்கப்பட்டது; கோயம்புத்தூர் வேலைநிறுத்தம், துப்பாக்கிப்பிரயோகம், சிறைவாசம், தோழர்கள் மீது கொலைக் குற்றச்சாட்டுகள், குண்டர்களால் நாசம் செய்யப்பட்ட ஆலந்தூர் கிசான் வீடுகள் ஆகிய இவைகளை நோக்கி என் உள்ளம் ஓடிற்று. அங்கும் கொலைக் குற்றச்சாட்டு, பின் வத்திராயிருப்பு, எத்தனை பேர்மேல் அங்கு கேஸ்கள் போடப்பட்டிருக்கின்றன; அந்த சாதாரண விவசாயிகளுடன் சேர்ந்து மைல் கணக்காக நடந்து சென்றிருக்கிறேன்; உடனிருந்து உணவு அருந்தியிருக்கிறேன்; அவர்களுடனேயே வாழ்க்கையும் நடத்தியிருக்கிறேன். இன்று அவர்கள் எங்கே? நான் எங்கே?.

ஊழல் நிறைந்த அதிகாரவர்க்கம் பொய்க்கேசுகளைப் போட்டு, அவர்களின் கழுத்தில் சுருக்கைமாட்டி இறுக்க நினைக்கிறது... நான் இங்கே சுதந்திரம் வந்துவிட்டது என கொண்டாட்டம், களியாட்டங்களில் மூழ்கியிருக்கிறேன். இது என்னால் பொறுக்க முடியவில்லை. என்னிருதயத்தை இரும்புக் கரங்களால் பிழிந்திடுவது போன்ற கொடிய வேதனை என் உடலின் ஒவ்வொரு அணுவையும் ஆட்டி அசைத்தது. துக்கம் தாங்காமல் சிறிது நேரம் அழுதேன் என்று உன்னிடம் சொல்ல நான் சற்றேனும் வெட்கப்படவில்லை.

நான் இதுவரை நினைத்ததையெல்லாம் மறுபடியும் எண்ணிப் பார்த்தேன். நான் ஏன் அழவேண்டும்? இதுவரையில் என் வாழ்க்கையில் துக்கம் என்பதையே நான் கண்டதில்லை. 8 வயது சிறுவனாயிருந்தபொழுதே எனது உயிருக்குயிரான தந்தையை இழந்துவிட்டேன். ஆனால் நான் அதற்காக ஒரு துளி கண்ணீர்கூட சிந்தியதில்லை. அதற்கு மாறாக நான் விளையாடிச் சிரித்துக்கொண்டிருந்தேன். தந்தை இறந்த தினத்தில்கூட நான் வருத்தப்படாததுகண்டு என் சகோதரன் என்னைக் கண்டித்தான். என் வாழ்க்கையில் எத்தனையோ கஷ்டங்களை நான் கண்டேன். துன்பத்தின் சிகரத்தை எட்டிப்பிடித்தேன். இருப்பினும் நான் ஒரு தடவைகூட அழுததேயில்லை. ஆனால் இன்று துக்கம் மீறி நான் அழும்படி நேரிட்டதற்குக் காரணம் என்ன? புதிய சமுதாயத்தின் நலன்களை நாம் அனுபவிக்கும்பொருட்டு, தொழிலாளரும், விவசாயிகளும் தங்களது வேதனைகளாலும், தியாகத்தாலும், ரத்தத்தாலும் புது உலக சரித்திரத்தை எழுதுவதை கண்ணுற்ற எனக்கு குபீரென துக்கம் பொங்கிவந்தது.

கட்சியின் நலத்தைக்காட்டிலும் தங்கள் நலத்தையே பெரிதாக எண்ணும் தோழர்கள் ஒருகணம் சிந்திக்கட்டும். இந்த சுயநலமற்ற பாட்டாளி வீரர்கள் கட்சிக்காகத் தங்கள் சர்வத்தையும், உயிரையும்கூட தியாகம்செய்ய முன்வந்துள்ளதை யோசித்துப் பார்க்கட்டும். வத்திராயிருப்பில் கொலைக்குற்றம் சாட்டப்பட்டு சிறைக் கதவுகளுக்குப்பின் தள்ளப்பட்டிருக்கும் தோழர்களின் பின்வரும் வீர வாசகம் என் காதில் ரீங்காரம் செய்துகொண்டிருதது. "நாங்கள்

எதற்கும் அஞ்சவில்லை. கட்சிக்காகப் புன்முறுவலுடன் தூக்குமேடையும் ஏறுவோம். கட்சி நாளுக்குநாள், வினாடிக்கு வினாடி பெருகி வளரவேண்டுமென்பதே எங்களது ஒரே யொரு அவா.”

நான் மறுபடியும் என் எண்ணங்களை இழுத்துப் பிடித்தேன். எனது துக்கம் துவேஷமாக மாறியது. யார்மீது? தஞ்சாவூர், வத்திராயிருப்பு மிராசுதார்கள்மீது. இந்த துவேஷத்தின் கொடுமை நிமிஷத்திற்கு நிமிஷம் அதிகரிக்கலாயிற்று. எனக்கு உறங்கவே முடியவில்லை.

காலையில் ஒரு நண்பருடன் ஒரு தோட்டத்திற்குச் சென்றேன். அங்கிருந்த விவசாயிகளுடன் பேசத் தொடங்கினேன். காங்கிரஸின்மேல் அவர்களுக்கு வெறுப்பேற்பட்டிருந்தது. எல்லா பக்கங்களிலிருந்தும் காங்கிரஸின்மேல் அதிருப்தி பெருகி வளர்கிறது. அது பெரு வெள்ளமாகக் கரைபுரண்டு போவதைக் காங்கிரஸ் தலைவர்கள் அறிந்துள்ளார்களா? என்பதே நமது பிரச்னை. நாம் முயற்சி எடுத்து சாதாரண காங்கிரஸ் அங்கத்தினர்களுக்கும், அனுதாபிகளுக்கும் விஷயங்களை தெளிவுபடுத்தி அவர்களை ஆகர்ஷித்தாலொழிய, நாளுக்கு நாள் வளர்ந்துவரும் மக்களின் அதிருப்தியை, பிற்போக்குவாதிகள் தேசீய இயக்கத்திற்கு எதிராகத் திருப்பிவிடுவார்கள் என அஞ்சுகிறேன். இதன்மூலம் தங்களது பிற்போக்குத்தனத்தை திரையிட்டு மறைத்துக்கொள்ளவும் அவர்கள் முயலுவார்கள்.

இன்று நாட்டில் உடை, உணவுப் பஞ்சம் தாண்டவமாடுகிறது. நம் முன் நிற்கும் அந்த முக்கிய பிரச்னையை பைசல் செய்திட நம் கட்சி உடனே முனைந்து செயலில் இறங்கவேண்டும். நாம் இதைச் செய்யத் தவறினால், நம் மக்களுக்குச் சுதந்திரம் ஏட்டுச் சுரைக்காயாகத்தானிருக்கும்; நாமும் இதரர்களுடன் படுகுழியில் விழுந்துவிடுவோம்.

புரட்சி வாழ்த்துகள்,

சுந்தரராஜ்.